ಅಲ್ಲೋಲ ಕಲ್ಲೋಲ

ಅಲ್ಲೋಲ ಕಲ್ಲೋಲ ಜಗತ್ತಿನ ನಿಯಮ
ಸಾಗುವುದು ಕಲಸು ಮೇಲೋಗರ ನಿರಂತರ
ಕ್ರಿಯಿಸುವುದು ಅನುಗುಣವಾಗಿ ಪ್ರಾಣಿ ಪಕ್ಷಿ ಮರ
ಗಿಡಗಳ ಅಸ್ತಿತ್ವ
ಸುಲಲಿತವಾಗಿ ಎತ್ತದೆ ಚಕಾರವ.
ನಿಯಮ ಉಲ್ಲಂಘನೆಗಳ ಕರ್ತೃವಾದ
ಬುದ್ಧಿವಂತನೆನಿಸಿಕೊಳ್ಳುವ ಮನುಜ
ದೂಷಿಸುವ ಎಲ್ಲರನು ತನ್ನ ವಿನಃ.
ತಿಳಿದೋ ತಿಳಿಯದೆಯೋ ಸುರಿವರು
ಅಹಂಕಾರವೆಂಬ ತುಪ್ಪವನು

ಕಲುಷಿತಗೊಳಿಸುವರು ದೈವ ನಿಯಮಗಳ
ಪರಿವಿಧಿಯನ್ನು.
ಧೃತಿಗೊಡದಿರಿ ನಿರಾಶೆಯಾಗದಿರಿ ಪಾಲಿಸುವರು
ಯಮ ನಿಯಮಗಳ,
ತಲೆಯೆತ್ತಿ ವೀಕ್ಷಿಸಿ ಪ್ರತಿನಿತ್ಯ ಆಕಾಶವನ್ನು
ದಯಪಾಲಿಸುವುದು ಪರಿಹಾರ
ಬೆಳಕಿನ ರೂಪದಲ್ಲಿ.

ಪ್ರೀತಿ ಆಟ

ಬಾಲ್ಯದ ಗೆಳತಿಯರು ಸಂವಾದಪ್ರಿಯರು
ಜೊತೆಗೂಡಿದರು ವರ್ಷಗಳ ನಂತರ
ಕೇಳಿದವಳು, ಸವಿಯುತ್ತಿರಬೇಕು ನೀನು
ಮದುವೆಯಾನಂತರದ ಜೀವನ,
ನುಡಿದಳಿವಳು ಬಿಡುತ್ತ ನಿಟ್ಟುಸಿರು.
ಮದುವೆಗೆ ಮುನ್ನ ಹಾರುತ್ತಲಿದ್ದ
ಜಿಂಕೆಯ ತರಹ ವೃತ್ತಾಕಾರದಲ್ಲಿ
ನನ್ನ ಒಂದು ನೋಟಕ್ಕೆ.

ನವದಂಪತಿಗಳಾದಾಗ ಆಗಿದ್ದನವನು
ಈ ಕೊಂಬೆಯಿಂದ ಆ ಕೊಂಬೆಗೆ
ಹಾರಾಡುವ ಮರ್ಕಟ
ಮಂದಸ್ಮಿತಳಾಗಿ ಕೇಳಿದವಳು
        "ಈಗ?"
ಹೇಳಿದಳಿವಳು, ತರಂಗಗಳಿಲ್ಲದ ಕೆರೆ
ದೋಣಿ ಸಾಗಲಿ ಮುಂದೆ ಹೋಗಲಿ.

ಬೆಳಕಿನ ಚೆಂಡು

ಬಂದೆ ನೀನು ಅನಾಥನಾಗಿ
ವ್ಯಥಿಸಲಿಲ್ಲ ನೀನು ಮೊದಲಿಸಿದರು
ನೀನು ಭಿಕಾರಿಯೆಂದು
ಧನ್ಯರವರು ನೋಡಿದಾಕ್ಷಣ ನಿನ್ನ

ಕರೆದರೂ ಪ್ರೀತಿಯಿಂದ ಬಾ ಎಂದು

ಕ್ಷಮಿಸು ತಿಳಿಯದು ನಮಗೆ
ನಿನ್ನ ಬೆಳಕಿನ ಪ್ರಖರತೆ
ಇಳಿಯಬೇಕಾಯಿತು ನಿನ್ನ ಸಿಂಹಾಸನದಿಂದ
ನಮ್ಮೊಡನಿರಲು ತಿಳಿಹೇಳಲು ನಮಗೆ
ನಿನ್ನ ಮಹಿಮೆಯನ್ನು

ತಟಸ್ಥನಾದರೂ ಚೆಲ್ಲಿದೆ ಮಂದಹಾಸದ ಬೆಳಕನ್ನು
ಕ್ಷಣಮಾತ್ರದಲ್ಲಿ ಚೆಲ್ಲಿದೆ ಕೆಂಡದಂಥ ಬೆಂಕಿಯನ್ನು
ಅರಿತೆವು ತದನಂತರ ನಿನ್ನಾಟದ
ಪರೋಪಕಾರವನ್ನು

ನೀನಿಲ್ಲ, ನೀನಿಲ್ಲಿರುವೆ, ಎಲ್ಲೆಲ್ಲೂ ಇರುವೆ
ಪರಿಶ್ರಮವೇಕೆ ನಿನಗೆ ನಮ್ಮಿಂದ
ಕುಳಿತಿರು ಸಿಂಹಾಸನದ ಮೇಲೆ ಮಂದಹಾಸನಾಗಿ
ಅನುಭವಿಸು ನಮ್ಮೆಲ್ಲರ ಪ್ರೀತಿಯ ಸತ್ಕಾರವ

<u>ಪ್ರಕೃತಿ ಮಾತೆ</u>

ತೋರಿಸಿದೆ ನನಗೆ ನಿನ್ನ ಅದ್ಭುತ ಕೃತಿಯನ್ನು
ವಿವರಿಸಿದೆ ನಾ ಎಂದೆಂದೂ ಕೇಳದ ಅರಿಯದ
ಸಾಟಿಯಿಲ್ಲದ ಸಮತೋಲನದ ತಾಣವನ್ನು
ಎಲ್ಲೆಲ್ಲೂ ಜೀವರಾಶಿ ತಕ್ಕಂತೆ ಬೆಳಕಿನ ಸೆಳವು
ಕಾಪಾಡಲು ಮುನ್ನಡೆಸಲು ತನ್ನ ತನವ, ಬೇಕು
ಎಲ್ಲಕ್ಕೂ,
ಅದೇ ಗಾಳಿ ಅದೇ ಬೆಳಕು ಅದೇ ಮಣ್ಣು!
ಯಾಕಾಯಿತು ಹೇಗಾಯಿತು ಎಲ್ಲಾಯಿತು ತಿರುವು
ಆಯಿತು ಈ ಮೂಲ ಕಲ್ಮಶ ರಹಿತ ತನ್ನ ತನ
ಸ್ವಾರ್ಥ ಭರಿತ ತನ್ನದೇ ತನ
ಬೆಳೆದರು ಸ್ವಾರ್ಥ ಬೃಹದಾಕಾರವಾಗಿ
ತಣಿಸಲೊಲ್ಲೆ ನಾ ಎಂದು ಹೇಳದ ಪ್ರಕೃತಿ ಮಾತೆ

ಕೇಳಿರೆಲ್ಲ, ಇರುವ ತನಕ ನಮ್ಮಲ್ಲಿ ಬೆಳಕು
ಪ್ರತಿಬಿಂಬಿಸಬೇಕು ಹರಡಬೇಕು ಅಡಕವಾಗಿರುವ
ಬೆಳಕಿನ ರಾಶಿಯನ್ನು, ಸ್ವಂತಕ್ಕಾಗಿ, ಇತರರಿಗಾಗಿ,
ಏರಲು ಬೆಳಕಿನ ಮೆಟ್ಟಿಲು,
ಸಂರಕ್ಷಿಸಲು ದೈವದತ್ತ ಈ ಭೂಮಿಯನ್ನು
ಬರುವ ಇತರರಿಗಾಗಿ ಮುಗಿದಾಗ ನಮ್ಮ ಪಾತ್ರ.

ನಾನು ನನ್ನ ಜನುಮ

ಜನುಮ ಜನುಮದ ಆರಾಧನೆ ಈ ಜೀವನ
ಇದ್ದೆ ಬೆಳಕಿನ ಸುಖದ ಸುಪ್ಪತ್ತಿನಲ್ಲಿ

ಕಾಡಿ ಬೇಡಿ ಜನಿಸಿದೆ ಅಮ್ಮನ ಜಠರದಲ್ಲಿ
ಅಳುತಲೆ ಉಸಿರಾಡಿದೆ ಮೊದಲಸಲ
ಕ್ಷಣಮಾತ್ರಕ್ಕಾದರೂ ಕಳಚಿತಲ್ಲ ಆ ಬೆಳಕಿನ
ಕೊಂಡಿ !
ಜೀವನವೊಂದು ಬೆಳಕಿನ ಆಟ
ಮಂದ ಬೆಳಕು, ತೀಕ್ಷ್ಣ ಬೆಳಕು, ಪ್ರಖರ ಬೆಳಕು
ನನ್ನ ಸ್ವಂತ ಬೆಳಕಿಗೆ ಕೊಟ್ಟು ಪಡೆಯುವ
ಆ ನಟರಾಜನ ಸುಮಧುರ ನಾಟ್ಯ !
ಕೊಡುವ ಪರಿ ಜಾಸ್ತಿಯಾದರೆ
ಪಡೆಯುವ ಭಾಗ್ಯ ಇಮ್ಮಡಿ
ತಿಳಿದರೂ ತಿಳಿಯದವನಾಗಿರುವೆ
ಅರಿತರೂ ಅಜ್ಞಾನಿಯಾಗಿರುವೆ
ಎಲ್ಲಿಯವರೆಗೂ ನೋಡುವೆ ತಟಸ್ಥನಾಗಿ ಓ ದಿವ್ಯ
ಬೆಳಕೇ
ಮರಳುವೆ ನಿನ್ನ ಬೆಳಕಿನ ಸುಖದ ಸುಪ್ಪತ್ತಿಗೆಗೆ

ದಿನ ಪ್ರಾರ್ಥನೆ

ಈ ದಿನ, ಈಗ, ಈಕ್ಷಣ ಒಂದಾಗಬೇಕು
ನನ್ನಲ್ಲಿ ಹುದುಗಿರುವ ಆ ಅಂಶ
ಸರ್ವವ್ಯಾಪಿ ದಿವ್ಯ ಚೇತನದ ಜೊತೆಗೆ
ಆ ಒಂದು ಕ್ಷಣ ಮಾಡುವುದು
ಸಂಪೂರ್ಣ ಮಾರ್ಪಾಡು ನನ್ನಲ್ಲಿ
ನಾನಿರುವ ಜಗತ್ತಿನಲ್ಲಿ

<u>ಅವಲೋಕನೆ</u>

ಏನಾಯ್ತು ಇದೇನಾಯ್ತು

ಪ್ರತಿದಿನವೂ ಗೋಳು ನನ್ನದು
ಪರಿಪೂರ್ಣತೆಯ ಮಾತಿರಲಿ
ಸರಿಯಲೊಲ್ಲದು ನಿಂತ ಜಾಗದಿಂದ
ನನ್ನ ಜನುಮದ ಚುಕ್ಕಿ !
ತಿಳಿದಿಹುದು ಅಲ್ಪ ಸ್ವಲ್ಪ
ಎಲ್ಲರು ಅಲ್ಲಲ್ಲಿ ಅವರಲ್ಲಿ
ಕೊನೆಗೆ ಒಂದಾಗಿ ಅವನಲ್ಲಿ !
ಅಸಹಾಯಕನಾ ಇಲ್ಲಿರುವವರೆಗೂ ಮಾಡಲು
ಸ್ವಚ್ಛ
ಮೈ ಮತ್ತು ಮನಸ್ಸು,
ತುಂಬುವುದು ಕಲ್ಮಶ ಪದರದ ತರಹ
ತೊಳೆದರು ಮೈ ದಿನಃಪ್ರತಿ,
ಅದೆಷ್ಟು ಪದರವೂ ನಾ ಕಾಣೆ
ಜನುಮ ಜನುಮದ ನೆರಳಾಗಿರುವ ಮನಸ್ಸು,
ಸಣ್ಣ ಇಚ್ಛೆಯಲ್ಲವೇ ಆರಂಭದ ಸೂಚನೆ?
ಆಯಿತದು ಹಗಲಿರುಳು ಜಪಮಾಲೆ
ನನ್ನನ್ನು ತಿಳಿದು ನಿನ್ನನರಿಯುವ ಇಚ್ಛೆ
ಬೆಳೆದಿಹುದು ಬೃಹದಾಕಾರವಾಗಿ ಪ್ರಾರ್ಥನೆ.
ಬಲವಂತಲಿಲ್ಲ ನಿನಗೆ ಪ್ರತಿಕ್ರಯಿಸಲು
ಆಯ್ದುಕೊ ಒಂದನು ಇದರಲ್ಲಿ ,
ನೋಡು ನನ್ನತ್ತ ಕಣ್ಣೆತ್ತಿ,
ಚೆಲ್ಲು ನಿನ್ನ ನಗೆಯ ನನ್ನ ಮೇಲೆ ,
ಸೋಂಕಿಸು ನಿನ್ನ ಕಿರು ಬೆರಳು,
ಕೊಂಡೊಯ್ಯು ನನ್ನೆತ್ತಿ ತಡವುತ್ತ
ಅಮ್ಮನ ತರಹ!.

ಗಣ ಈಶ

ಅಮ್ಮ ಅಪ್ಪ ಗುರು ಸ್ನೇಹಿತ ಏನನ್ನಲಿ
ನಿನ್ನಲ್ಲಿರುವ ಆ ಆಕರ್ಷಣೆಗೆ
ಅಪ್ಪಳಿಸುವೆವು ಭೂಮಿಗೆ ಅದರ
ಗುರುತ್ವಾಕರ್ಷಣೆಗೆ
ನಿನ್ನ ಅನುಗ್ರಹವೊಂದೇ ಸಾಕು ಮೇಲೇರಲು ಎಲ್ಲ
ಜೀವಾತ್ಮಗಳಿಗೆ
ಅದೇನು ನಿನ್ನ ರೂಪ ವಿನಾಯಕ
ಚಾವಡಿ ಕಿವಿ, ಸೂಕ್ಷ್ಮ ಕಣ್ಣ, ಮುರಿದ ದಂತ
ಗುಡಾಣ ಹೊಟ್ಟೆ ತಲೆಯ ಮೇಲೊಂದು ಕಿರೀಟ
ಎರಡು ಕೈಯಲ್ಲೊಂದೊಂದು ಆಯುಧ
ಅಯ್ಯೋ ಪಾಪ ಈ ಭಾರ ಹೊರಳೊಂದು ಪುಟ್ಟ
ಇಲಿ
ನಿನಗೆ ಗೊತ್ತೇ ಎದು ಗಣಪತಿ?
ತೇರ್ಗಡೆಯಾಗುವುದಿಲ್ಲ ನೀನು ಈ ಕಾಲದ
ರೂಪದರ್ಶಿ ಆಯ್ಕೆಯ ಮೊದಲ ಸುತ್ತಿನಲ್ಲೇ
ಹೇಳುವರು ಕಾರಣ, ನಿನ್ನನ್ನು ವಿಶ್ಲೇಷಿಸಲು
ಇಲ್ಲ ಇಲ್ಲಿ, ಮನುಷ್ಯ ಮಾಡಿದ ಸಲಕರಣೆಗಳು
ನೀನೆಲ್ಲೂ ಹೋಗಲಿಲ್ಲ ಪ್ರಚಾರಕ್ಕೆ
ವಾದ ಪ್ರತಿವಾದದಲ್ಲಿ ತೊಡಗಿಸಲಿಲ್ಲ ನಿನ್ನನ್ನು
ಕೇಳಲಿಲ್ಲ ಯಾರನ್ನು ಅನುಮೋದಿಸಲು ನಿನ್ನ
ಮಹಿಮೆಯ

ಅದೇಗೆ ವಿಘ್ನೇಶ್ವರ ನಿನ್ನ ಅನುಯಾಯಿಗಳು
ಪ್ರಪಂಚದಾತ್ಯಂತ?
ಹೇಳುವೆ ಕೇಳು ಗೌರಿಸುತ
ನಾನೊಬ್ಬ ಅಣುವಿನಲ್ಲಿರುವ ಅಣು
ಹರಸು ನನ್ನ ಈ ಚಿಕ್ಕ ಪ್ರಯತ್ನವ
ಅರ್ಥಿಸುವ ನಿನ್ನ ಈ ವಿಚಿತ್ರ ಆಕಾರವ
ಹೇಳುವರು ಈ ಭೂಮಿ ಶಕ್ತಿಗಳ ಭಂಡಾರ
ಪಾಪ ಆ ಭೂಮಿತಾಯಿ ಸಹಿಸುತ್ತಲಿರುವಳು
ನಮ್ಮೆಲ್ಲರ ಚೆಲ್ಲಾಟವ
ಬೇಕ್ಕಲ್ಲವೇ ಒಂದವಕಾಶ ದುಗುಡಗಳನ್ನು
ಹೊರಹಾಕಲು
ಒಲೆಯ ಮೇಲಿರುವ ಹಬೆಯ ಪಾತ್ರೆಯ ರಂಧ್ರದ
ತರಹ
ಒಂದೊಂದಾಕೃತಿಗೆ ಅದರದೇ ಆದ ವ್ಯಸನಗಳು
ಅಪರೂಪದ ಕಲ್ಮಶ ರಹಿತ ಈ ಸೃಷ್ಟಿಯ ತುಂಬಾ
ನಮ್ಮೆಲ್ಲರ ಭಾವನೆಗಳ ಕಲಬೆರಕೆ
ಯಾರು ನಮಗೆ ದಿಕ್ಕು ಎಂದು ಬೊಬ್ಬಿರಿದಾಗ
ಅವತರಿಸಿದೆ ಗಣೇಶ ನೀನು ನಮ್ಮ ಪರವಾಗಿ
ವಿಚಿತ್ರವಲ್ಲ ನಿನ್ನ ಆಕಾರ ಗಣರಾಯ
ಪ್ರತಿ ವ್ಯಸನಗಳಿಗೂ ದಾರಿ ತೋರುವ ಒಂದು
ಸೌಮ್ಯ ರೂಪ
ನೀನಲ್ಲವೇ ಎಲ್ಲ ದೇವತೆಗಳ ಆದ್ಯ ಶಕ್ತಿ
ಅಡಗಿದೆ ನಿನ್ನಲ್ಲಿ ಪ್ರತಿ ಮೊರೆಗೂ ತಕ್ಕಂತೆ
ಪರಿಹಾರ
ಅರಿವಾಗುತ್ತಿದೆ ಈಗ ನಿನ್ನ ಮೊಗದಲ್ಲಿ ಕಿರುನಗೆ
ಆ ತೀಕ್ಷ್ಣ ಕಣ್ಣುಗಳಲ್ಲಿನ ಪ್ರಖರತೆ
ಆಶ್ರಯಿಸು ನನ್ನನ್ನು ಎಂತೆನುವ ಚೊಕ್ಕ ಭಾವ
ಅದಕ್ಕಲ್ಲವೇ ಪೂಜಿಸಲ್ಪಡುವೆ ಪ್ರಪಂಚದಾತ್ಯಂತ

<u>ಹುಚ್ಚು</u>

ನೋಡಲ್ಲಿ ಹುಚ್ಚು ಅರೆ ಹುಚ್ಚು
ಕೊಡವಿಕೊಂಡೆ ಇರುವ ಅಲ್ಪ ಸ್ವಲ್ಪ
ಬುದ್ಧಿಯನ್ನು
ಇಹುದೇ ಹುಚ್ಚುತನದಲ್ಲಿ ಅರೆ ಅಲ್ಲ ಪೂರ್ತಿ
ಪಟ್ಟಿ ಕಟ್ಟುವ ನಾವು ಅರಿತಿರಬೇಕಲ್ಲವೇ
ಹುಚ್ಚುತನದ ಅಂಶವನ್ನು
ಅರಿತರೆ ನಾವಾಗಲಿಲ್ಲವೇ ಅರೆ ಇಲ್ಲ ಪೂರ್ತಿ ಹುಚ್ಚು
ನಮ್ಮ ಅರಿವಿಕೆಗೆ ಎಟುಕದ ಭಾವನೆಗಳು
ಹುಚ್ಚುತನವೇ ಎಂದರೆ
ಉದ್ಭವಿಸುವುದು ಪ್ರಶ್ನೆ ಇಲ್ಲಿರುವ ನಾವೆಲ್ಲರೂ
ಹುಚ್ಚರೇ ಸರಿ.

ಹುಡುಕಾಟ

ಕಾಣುತ್ತಿಲ್ಲ ನನ್ನ ನೆರಳು,
ಮುಂದಿದ್ದರು ಹಿಂದಿದ್ದರು ಸೂರ್ಯನ ಬೆಳಕು,
ಸಮಾಗಮಗೊಂಡಿದೆ ನನ್ನ ನೆರಳು ನಿನ್ನ ನೆರಳಿನ
ಜೊತೆಗೆ.

ಕೇಳಿದರು ನನಗೆ ಹೋಗಿಹುದು ಎಲ್ಲಿ ನಿನ್ನ ನಗೆ,
ನುಡಿದೆ ಆ ನಗೆಯಲ್ಲಿ ಅಡಗಿದೆ ನನ್ನ ನಗು.
ಏನೋ ಆಗಿಹುದು ಕಣ್ಣುಗಳಿಗೆ, ಸಾಗುಹುದು
ನೋಟ,
ಅತ್ತಲಿಂದಿತ್ತಲಿಗೆ ಇಲ್ಲಿಂದ ಅತ್ತಲಿಗೆ,
ತಿಳಿಯದೆ ಚಡಪಡಿಸುವೆ ನೀ ಬರುವೆ ಎಲ್ಲಿಂದ..
ಯಥೇಚ್ಛ ಬೈದೆ ದರ್ಜಿಯನ್ನು ಹೊಲಿಯಲಿಲ್ಲ
ಸರಿಯಾಗಿ ನನ್ನ ಪ್ಯಾಂಟು,
ತಲೆತಗ್ಗಿಸಿದೆ ತಿಳಿದಾಗ ಮುಂಬರುವ ಜಿಪ್ ಬಂದಾಗ
ನನ್ನ ಹಿಂಬದಿಗೆ.
 ಬಡಿದುಕೊಂಡರು ಹಣೆ ನನ್ನ ತಾಯಿ,
ತೆಗೆಯಬೇಕು ತಾಗಿದ ದೃಷ್ಟಿ ನನ್ನ ಮಗನಿಗೆ.
ಹೌದು ತಾಗಿದೆ ನನಗೆ,
ಕರಿ ಜಾಮೂನಿನಂತಿರುವ ನಿನ್ನ ಕಣ್ಣುಗಳ ದೃಷ್ಟಿ.
ತಿಳಿಯದೆ ಕಸಿಯುತ್ತಿರುವೆ ನನ್ನ ಎಷ್ಟೊಂದು
ಭಾವನೆಗಳನ್ನು,
ಯೋಚಿಸು ಗೆಳತಿ ಆಗುವುದೆಷ್ಟು ಸುಂದರ ನಿನ್ನ
ಜೀವನ
ಹಿಡಿದಾಗ ನೀ ನನ್ನ ಕೈ ಜೀವನ ಪರ್ಯಂತ

ಎದುರಿಸು

ಕಾಯು ಕಾಯುವಿಕೆ ಎಲ್ಲೆಲ್ಲೂ
ಅರಿತು ಕಾಯುವ ಗುರು
ಅರಿಯದೆ ಕಾಯುವ ನಾನು
ಸರಹದ್ದು ಇಲ್ಲದ ಗುರು
ಸ್ವತಃ ಎಳೆದ ಗಡಿ ರೇಖೆಯಲ್ಲಿ ನಾನು
ಕಾಯುವೆ ಯಾಕೆ ಸತತ ಗುರುವೇ?
ದಾಟಲಾಗದ ಪ್ರಯತ್ನ ನನ್ನದು
ಕಳೆದೆ ನಾ ಜನ್ಮ ಬಹುಜನ್ಮ
ಸುಲಭ ಉಪಾಯವಿಹುದು ಒಂದು

ಬಂದು ನನ್ನ ಗಡಿಗೆ
ಕೊಂಡೊಯ್ಯ ನಿನ್ನ ಕಕ್ಷೆಗೆ

ಸಂಕಲ್ಪ

ಪಡೆದೆ ತಿಳಿಯುವ ತೀಕ್ಷ್ಣತೆ
ನನ್ನನ್ನು ನಿನ್ನ ಮೂಲಕ
ಹೇಳಿದರೆಲ್ಲ ಇರುವೆ ನೀನು
ಇಲ್ಲಿ ಅಲ್ಲಿ ಎಲ್ಲೆಲ್ಲೂ!
ಅಲೆದೆ ಹುಡುಕಾಡಿದೆ ತಿಳಿಯಲು
ಮನಸ್ಸೆಂಬ ದಟ್ಟಾರಣ್ಯದಲ್ಲಿ!
ಅರಿತೆ ಬೇಕು ನನಗೆ ಆಳವಾದ
ಧೃಢ ಸಂಕಲ್ಪ ಮತ್ತು ಭಲ !
ಪರಿಹರಿಸು ಈ ನನ್ನ ಜಿಜ್ಞಾಸೆಯ
ಕಾಣುವೆ ನಾ ಎಲ್ಲರನು ನನ್ನ ರೂಪದಲ್ಲಿ
ಅರ್ಥಿಸುವೆ ಎಲ್ಲವನು ನನ್ನ
ಮನಸ್ಸೆಂಬ ಚೌಕಟ್ಟಿನಲ್ಲಿ!
ತಿಳಿಯದಾಗಿದೆ ಮಾಡಲೇನೆಂದು
ವಿಸ್ತರಿಸಲೇ ಚೌಕಟ್ಟು ಅಥವಾ
ಹೊರಬರೆಲೆ ಚೌಕಟ್ಟಿನಿಂದ !
ಇರುವುದಾದರೆ ನೀನು ಎಲ್ಲೆಲ್ಲೂ

ಯಾಕೆ ಈ ಹೋಗು ಬರುವ ಶ್ರಮ
ಒಮ್ಮೆ, ಕ್ಷಣ ಮಾತ್ರ ದೃಷ್ಟಿಸು
ನನ್ನನ್ನು, ವಿಸ್ಮಯಗೊಳ್ಳುವೆ ನೀನು,
ನೋಡುತ್ತಾ ನನ್ನನ್ನು, ನಿನ್ನ ಪಾದದಡಿ

ಪರಿಹಾರ

ಚಡಪಡಿಸಿದೆ ಬೆಂಡಾದೆ ಅಲೆದು ಅಲೆದು
ಸಿಗಲಿಲ್ಲ ನನಗೆ ಪರಿಹಾರ
ಹೇಳಿದರು ಹೋಗು ಅವರಲ್ಲಿಗೆ
ಸಿಗುವುದು ಪರಿಹಾರ
ಚಿಕ್ಕ ಪ್ರಾಕಾರ ಚಿಕ್ಕ ಗುಂಪು
ಬಂದರು ಗಡ್ಡಧಾರಿ ತೀಕ್ಷ್ಣ ಕಣ್ಣುಗಳ ವ್ಯಕ್ತಿ
ನನ್ನ ಪಾಲು ಬಂದಾಗ ಕುಳಿತೆ ಅವರ
ಮುಂದೆ

ನಾನಂದೆ ನಮಸ್ಕಾರ ಬುದ್ದಿ
ಕೇಳಿದರು ಏನು ಪರಿಹಾರ ಬೇಕು
ಆಶ್ಚರ್ಯದಿಂದ ಕೇಳಿದೆ ನಿಮಗೆಂಗ್ರಿ ಗೊತ್ತು
ನುಡಿದರು ತಿಳಿವುದು ನೋಡಿದರೆ ನಿನ್ನ
ಮುಸುಡಿ
ನೀನೊಬ್ಬ ಶಕ್ತಿಶಾಲಿ ಬುದ್ದಿವಂತ ಯುವಕ
ಇದೆ ನಿನ್ನಲ್ಲಿ ಎಲ್ಲರಂತೆ ಹೃದಯ,
ಮೆದುಳು, ಅರಿವಿಕೆ
ಕಾಯುತ್ತಿದೆ ನಿನಗಾಗಿ ಸುಂದರ ಜಗತ್ತು
ಅಡ್ಡನುಡಿದೆ ಇಲ್ರಿ ಹುಡುಕ್ತಾ ಅವ್ನಿ ಸಿಕ್ಕಿಲ್ಲ
ಕೇಳಿದರು ಹುಬ್ಬೇರಿಸುತ್ತ ಏನಪ್ಪಾ ಅದು
ತಾರಕ ಧ್ವನಿಯಲ್ಲಿ ನುಡಿದೆ 'ನನ್ನ ಹುಡುಗಿ'
ಸ್ವಯಂ ಸೇವಕರು ಕಳಿಸಿದರು ಹೊರಗೆ
ಕೈಯಲ್ಲಿ ಇಟ್ಟು ಕೇಸರಿಬಾತ್ ಪ್ರಸಾದ

ನಾನು ಮತ್ತು ಕರ್ಮ

ವೈವಿಧ್ಯತೆ ಪ್ರಕೃತಿಯ ಮೂಲ
 ಸಮತೋಲನದಲ್ಲಿದ್ದರೆ ಪ್ರಕೃತಿ
ಮುಟ್ಟುವುದು ದಡ, ಸಾಗರದ ಅಲೆ
ಮಗು ಅಮ್ಮನಿಗೆ ಮುತ್ತಿಕ್ಕುವ ಹಾಗೆ
ಸರಿಪಡಿಸಲು ಅಸಮತೋಲನ ಅಪ್ಪಳಿಸುವುದು
ಬಾಯಿ ತೆರೆವ ಬೃಹದಾಕಾರದ ತಿಮಿಂಗಲದ
ತರಹ.
ಹೊಂದಿಸಿಕೊ ನಿನ್ನ ಜೀವನ ನೀನೆ ನಿರ್ಮಿಸಿದ
ಅಲೆಗಳಿಗೆ.
ಹೇಳಿದ ಕೃಷ್ಣ ಕಾಯುವುದು ನಿನ್ನಕರ್ಮದ ಅಲೆ
ನಿನಗಾಗಿ ಜನ್ಮ ಜನ್ಮಾಂತರ
ಉಪಾಯವಿಹುದು ಹೊರಬರಲು ಸುಳಿಯಿಂದ
ಸ್ಥಿರಗೊಳಿಸು ಅಲೆಗಳನ್ನು ಆ ದಿವ್ಯ ಪಾದದಡಿ

ಕೃಷ್ಣನ ದಾರಿ

ಕೇಳುತ್ತಲಿದ್ದೆ ಅತಿ ಸುಮಧುರ
'ಕೃಷ್ಣ ನೀ ಬೇಗನೆ ಬಾರೋ' ಕೀರ್ತನೆಯನ್ನು
ನಮಿಸುತ್ತಾ ರಚನೆಕಾರರಿಗೆ ಮತ್ತು
ನನ್ನ ಪೂಜ್ಯ ಗುರುವಿನ ಪಾದಕ್ಕೆ
ಓದಿ, ನನಗೆ ಹೊಳೆದ ವಾಕ್ಯಗಳನ್ನು

' ಕೃಷ್ಣ' ಎಂಬ ಹೆಸರಿನಲ್ಲೇ ತುಂಬಿದೆ
ಜೀವನವೆಂಬ ಸುಳಿಯಿಂದ ಹೊರಬರಲು
ಅತಿ ಸುರಕ್ಷತೆಯಿಂದ, ಸ್ವತಃ ತೇಲುವ ದೋಣಿ!
ಬರಬೇಡ ಕೃಷ್ಣ ನೀ ನನ್ನಲಿಗೆ
ಅನುಭವಿಸಬೇಕು ನಾ ನೀ ಕೊಟ್ಟ ಜೀವನವನ್ನು
          ನಿನ್ನ ತರಹ'
ಹೊರಸೂಸಬೇಕು ನಿನ್ನ ನೆಗೆಯನ್ನು
ಸ್ಥಿತ ಪ್ರಜ್ಞನಾಗಬೇಕು ನಿನ್ನ ತರಹ
ಎಲ್ಲ ಪರೀಸ್ಥಿತಿಯಲ್ಲೂ!
ನಡೆಯಬೇಕು ನೀ ತೋರಿದ ಹಾದಿಯಲ್ಲಿ
ಅಂಟಿಕೊಳ್ಳದೆ ಕರ್ಮ ನನಗೆ
ಕಮಲದ ಎಲೆಯ ತರಹ!
ಪಸರಿಸಬೇಕು ನಿನ್ನ ಮಹಿಮೆಯನ್ನು
ತೋರಿಸುತ್ತ ಸರಿಪಡಿಸುವ ಉಪಾಯವನ್ನು
ನಿನ್ನೆಡೆಗೆ ತಲುಪುವ ಹಾದಿಯನ್ನು!
ಮೈ ನವಿರೇಳುವುದು ಯೋಚಿಸಿದರೆ
ಕರೆಯಲ್ಪಟ್ಟರೆ ನಾನು ಕೃಷ್ಣನ ಸಖಿನೆಂದು
ಸಂತ ಮೀರೆಯ ತರಹ!
ನನ್ನ ಪ್ರಾರ್ಥನೆಯೊಂದೇ ಕೃಷ್ಣ
ಸೇರುವಾಗ ನಿನ್ನ ಪಾದದ ಅಡಿ
ಆಗಿರಬೇಕು ನಾನು ಪರಿಪೂರ್ಣ!
ಕಾಯಬೇಡ ನನ್ನ ಪರಿಪೂರ್ಣತೆಗೆ
ನನ್ನ ಬಹು ಜನ್ಮದವರೆಗೆ
ಅತಿ ಬೇಗ ಈ ಜನ್ಮದಲ್ಲಿ
ತೋರು ನನಗೆ ಪರಮಾನಂದವನ್ನು!

<u>ತನ್ನತನ</u>

ಕಾಪಾಡಿಕೊಳ್ಳಬೇಕು ತನ್ನತನ
ಹುಟ್ಟುವುದು ಪ್ರಶ್ನೆ ಏನಿದು
ಜನಿಸಿದೊಡನೆ ಇರುವ ನಿರ್ಮಲ ಸ್ಫಟಿಕ
ಭಾವ ಭಾವನೆಯು ತನ್ನತನವೇ?
ಮಗು ನೋಡುವುದು ನಗುವುದು ತಿಳಿಯುವರು
ನನ್ನಿಂದ ನನಗಾಗಿ
ತಿಳಿದೋ ತಿಳಿಯದೆಯೋ ಮೂಡಿಸುವರು

ತಿಳಿಯಾದ ಮಗುವಿನ ಮನಸ್ಸಿನಲ್ಲಿ
ಸ್ವಂತ ಭಾವವನೆಗಳ ಅನುಭವಗಳ ಭಾಪು
ಕ್ಷೀಣಿಸುವುದು ದೈವ ದತ್ತ ನಿರ್ಮಲ ಭಾವ
ಆಕ್ರಮಿಸುವುದು ಕ್ಷಣಿಕ ವಿಚಾರ ವಿಹೀನ ಭಾವ
ಮಾರ್ಗವಿಹುದು ಪುನರ್ ಪಡೆಯಲು
ತರಂಗಗಳಿಲ್ಲದ ಮನಸ್ಸು!
ಕಾಯಬೇಕು ಸರ್ವಾಂತರಯಾಮಿಯ ಕೃಪೆಗಾಗಿ
ಕಾಯದೆ ಪಡೆ ಸ್ವಚ್ಛ ಮನಸ್ಸು
ತಲೆಬಾಗು ಶಿರಸಾನಮಿಸು ನಮ್ಮಲ್ಲೇ ಇರುವ
ದೈವಸಂಭೂತ ಗುರುವಿನ ಪಾದಕ್ಕೆ

<u>ಮುತ್ತು ಗಿತ್ತು</u>

ಇಲ್ಲ ಇಲ್ಲ ಎಂದಿಗೂ ಇಲ್ಲ
ನುಡಿದಳು ನನ್ನ ಹುಡುಗಿ ತಲೆಯಾಡಿಸುತ್ತಾ
ಪೀಡಿಸಬೇಡ ನನಗಿಷ್ಟವಿಲ್ಲ ಈ ಮುತ್ತು ಗಿತ್ತು
ಹುಬ್ಬೇರಿಸಿದಳು ನನ್ನ ಮಾತು ಕೇಳಿ
ಬಿಟ್ಟೆ ಎರಡರಲ್ಲಿ ಒಂದನು
ಬೇಡ ನನಗೆ ಗಿತ್ತು ಕೊಡು ಇನ್ನೊಂದನು
ಕಮರಿತು ಅಸೆ ಬತ್ತಿದ ಕೆರೆಯಂತೆ
ಕೇಳಿದಾಗ, ಆಯ್ದುಕೊ ಬಲಗೆನ್ನೆಯೋ
ಎಡಗೆನ್ನೆಯೋ
ಮೂಡಿಸಲೆಲ್ಲಿ ನನ್ನ ಬೆರಳುಗಳ ನಕ್ಷೆ?

ಕಂದಕ

ನೋಡಿದಾಕ್ಷಣ ನಿನ್ನ ಗೆಳತಿ
ಆಯಿತು ಕಂದಕ ನನ್ನ ಮನಸ್ಸಿನಲ್ಲಿ
ನಿನ್ನಿಷ್ಟ ನೀನೆಲ್ಲೇ ಇರು
ನನ್ನ ತೀರವೋ ಆ ತೀರವೋ
ಇರು ಯಾವಾಗಲೂ ನನ್ನ ಕಣ್ಣ ಮುಂದೆ

ಪರಿಸ್ಥಿತಿ

ನೋಡಿರಿಲ್ಲಿ ನನ್ನ ಪರಿಸ್ಥಿತಿಯ
ಕನ್ನಡಿ ಮಾತ್ರವಲ್ಲ ನನ್ನ ಮನಸ್ಸು
ಆಗಿಹುದು ತುಂಬಿಕೊಳ್ಳಲು ಆಳವಾದ ಪಾತ್ರೆ
ಹೇಳಿರಿ ಅವಳಿಗೆ ಹೊಕ್ಕಿ ನನ್ನ ಮನಸ್ಸಿನಲ್ಲಿ
ಅಳಿಸಲಿ ಬರಿದಾಗಿಸಲಿ ಅವಳ ನೆನಪುಗಳನ್ನು
ಸಮತೋಲನದಲ್ಲಿಡಲಿ ಅವಳಿಗಾಗಿ ಪರದಾಡುವ
ಮನಸ್ಸೆಂಬ ಮರ್ಕಟವನ್ನು
ಹೇಳ ಹೊರಟರೆ ನನ್ನ ಪರಿಸ್ಥಿತಿ

ಆಗುವುದು ಶಬ್ದಗಳು ನೂರಾರು
ಅರಿತಿಹಳು ಅಕ್ಷರಶಃ ಸ್ವತಃ
ನನ್ನ ಮಾರ್ಪಾಡಿನ ಕರ್ತೃವಲ್ಲವೇ ಅವಳು

<u>ಜಂಭದ ಗೆಳತಿ</u>

ತರವಲ್ಲ ನಿನಗೆ ಗೆಳತಿ
ನಿನ್ನ ಜಂಭ ಅತಿಯಾದ ಹೆಮ್ಮೆ
ಗೊತ್ತು ನನಗೆ, ಅಣಗಿಸಲ್ಲೆಂದೆ
ಈ ನಿನ್ನ ಹಾವಭಾವ
ನನಗೆ ಕೊಡದಿದ್ದರೂ ಆಶ್ರಯ
ಆ ನಿನ್ನ ಮಿನುಗುವ ಕಣ್ಣಿನಲ್ಲಿ!
ಜಗತ್ತನ್ನೇ ಪ್ರಸನ್ನಗೊಳಿಸುವ
ಆ ನಿನ್ನ ಮಂದಹಾಸದಲ್ಲಿ!
ವೃತ್ತಾಕಾರದ ಭೂಮಿಯ ಚಲನವನ್ನು
ಧೃತಿಗೆಡಿಸುವ ನಿನ್ನ ನಡೆಯಲ್ಲಿ!

ಒಮ್ಮೆಯಾದರೂ ಪಾವನಗೊಳಿಸು ನಿನ್ನ
ಕಿರುಬೆರಳ ಸೋಂಕಿಸಿ!
ನೇತುಹಾಕು ನನ್ನನು
ತೂಗುಯ್ಯಾಲೆಯಂತೆ ಮತಿಗೆಡಿಸುವ
ಆ ನಿನ್ನ ಜಡೆಯ ತುದಿಯಲ್ಲಿ!

ಸಂವಾದ

ಪಿಸುನುಡಿಯಿತು ಪೃಥ್ವಿ ನನ್ನ ಕಿವಿಯಲ್ಲಿ
ಹೊಗಳಬೇಡ ಪದೇ ಪದೇ
'ಆಹಾ ಒಹೋ ಇದೇನು ನಡೆ' ಎಂದು
ನಿನ್ನ ಗೆಳತಿಯ ಮೋಹಕ ನಡೆಯನ್ನು
ಇನ್ನೂ ನಾಜೂಕಾಗುವ ಆ ನಾಟ್ಯದ ನಡೆ
ದೃತಿಗೆಡಿಸುತ್ತಲಿದೆ ನನ್ನ ಚಲನ ವಲನವನ್ನು

ಓದಿದೆ ಒಂದು ವ್ಯವಸ್ಥಿತ ಪ್ರಲಾಪ
ಈ ಜನ್ಮ ಅಲ್ಲ ನಿನ್ನದು
ನಿನ್ನ ದೇಹ ಸ್ವಂತದ್ದಲ್ಲ ನಿನಗೆ
ಎಲ್ಲವೂ ಕ್ಷಣಿಕ ಎಲ್ಲವೂ ಅಸತ್ಯ.
ವ್ಯಾಖಾನವಿದು ಅನಿಸಿತು ಅಸಮಂಜಸ
ಚೆಂಡನ್ನು ಎಸೆದು ಆಕಾಶದೆಡೆಗೆ
ಬಾದೇವ ಹಿಡಿ ಆಟವಾಡುವ
ಎಂಬ ಮನಸ್ಥಿತಿಯಾಯಿತು.

ಕೂಪವಲ್ಲ ಈ ಜಗತ್ತು
ಒಂದು ಅಸಾಧಾರಣ ಚೇತನ.
ಹೇಳಿಲ್ಲವೇ ದಾಸರು
ಈಸಬೇಕು ಇದ್ದು ಜೈಸಬೇಕು.
ಏರಬೇಕು ಒಂದೊಂದೇ ಮೆಟ್ಟಿಲು
ತೊಡೆದು ಹಾಕಲು ನನ್ನದಲ್ಲ ಎಂಬ ಮೋಹ
ಗಳಿಸುವವರೆಗೆ ಆ ಸಂಪತ್ತು,
ಈ ದೇಹ, ಜೀವನ , ಮನಸ್ಸು,
ಏಲ್ಲವೂ ಸತ್ಯ ಏಲ್ಲವೂ ನಿತ್ಯ

<u>ರಂದ್ರ</u>

ರಂಧ್ರಗಳು ಹಲವಾರು ನನ್ನ ದೇಹದಲ್ಲಿ
ಕಲ್ಮಶಗಳನ್ನು ಹೊರಹಾಕಲು

ನೂರಾರು ರಂಧ್ರಗಳು ನನ್ನ ಮನಸ್ಸಿನಲ್ಲಿ
ದುಗುಡ ದುಮ್ಮಾನ ಮತ್ತೆಲ್ಲವನು ಹೊರಹಾಕಲು
ಯಾಕೆ ಬರೀ ಹೊರಹಾಕಲು?
ಮಾಡಬೇಕೇನು ನಾನು?
ಗ್ರಹಿಸಲು ಸ್ವೀಕರಿಸಲು ಆ ದೇವಿಯ
ಕರುಣೆ, ವಾತ್ಸಲ್ಯ, ಶಕ್ತಿ
ಅದೇ ರಂಧ್ರಗಳ ಮೂಲಕ.

<u>ಪ್ರಲಾಪ</u>

ಸಾಕಾಗಿದೆ ನನಗೆ ತಿಳಿಯದಾಗಿದೆ,
ಎದುರಿಸಿ, ಉತ್ತರಿಸಲಾಗದ ಪ್ರಶ್ನೆಗಳನ್ನು.
ಇರುವುದೊಂದೇ ಪರಿಹಾರ ನನಗೆ,
ಪ್ರಶ್ನೆಗಳನ್ನು ಹೊತ್ತು ಶಿರಸಾ ನಮಿಸುವುದು
ನನ್ನ ಗುರುವಿನ ಪಾದದಡಿಗೆ.
ಜಿಜ್ಞಾಸೆಗೊಂಡಿರುವೆ ಬರದೆ ಉತ್ತರ,
ಇರಬಹುದೋ ಗುರುವಿನ ಗಮನ ನನ್ನ ವಿನಃ
ಸೂಕ್ಷ್ಮ ಪ್ರಪಂಚದ ಕಡೆಗೆ.
ಜ್ಞಾಪಕವಿಹುದು ನನ್ನ ಗುರುವಿನ ಆಶ್ವಾಸನೆ,
ಬರುವುದು ಉತ್ತರ ಪ್ರತಿ ಪ್ರಶ್ನೆಗೂ,
ಅರಿಯಲು, ಸರಿತೂಗಿಸು ನಿನ್ನನ್ನು
ಉತ್ತರದ ಸೂಕ್ಷ್ಮತೆಗೆ.
ಕಂಡುಕೊ ಉತ್ತರ ಪ್ರತಿ ಪ್ರಶ್ನೆಗೆ.
ಯಾವ ಉತ್ತರ ಸರಿ?
ಎಲ್ಲಿಹುದು ನನ್ನ ಪರಿಹಾರ?
ಹೇಗೆ ಆಯ್ದುಕೊಳ್ಳಲಿ ಮನಸ್ಸೆಂಬ ಜಲಪಾತದಲ್ಲಿ,
ಹುಡುಕಲೆಂದೇ ಕಳೆದರೆ ನನ್ನ ಜನ್ಮ,
ನೀ ತಿಳಿಸಿದ ಉತ್ತರ ವ್ಯರ್ಥವಲ್ಲವೇ ಗುರು?
ಕೊಡವಿಕೊಳುತ್ತಲಿದ್ದೇನೆ ನನ್ನ ಮೈ ಮನಸ್ಸು,
ಸ್ವಯಂ, ಏರಲು ಅರಿಯಲು, ಅನುಭವಿಸಲು,
ನನಗೆ ಕಳಿಸಿದ ಜವಾಬು.
ಸಹಾಯಿಸಿ ಓದುಗರೇ, ನನ್ನ ಪ್ರಯತ್ನವ,
ತಲುಪಿಸಿ ನಿಮ್ಮ ಗುರುವಿನ ಪಾದದಡಿಗೆ.
ದೇವನೊಬ್ಬ ನಾಮ ಹಲವು ಹಾಗೆಯೇ,
ಗುರು ಒಬ್ಬರೇ ನಾಮ ಹಲವು,
        ಅಲ್ಲವೇ?

<u>ಎಲ್ಲರಿಗಾಗಿ</u>

ಸರ್ವೇ ಜನಾಃ ಸುಖಿನೋ ಭವಂತು
ಪ್ರಾರ್ಥನೆಯಿದು ಸರ್ವ ಜನರಿಗಲ್ಲ
ಪ್ರೇರೇಪಿಸುವುದು ನನ್ನನ್ನು
ಯೋಗ್ಯನಾಗಲು ವ್ಯವಹರಿಸಲು
ಸರ್ವ ಜನರ ಸುಖ ಶಾಂತಿಗಾಗಿ

ಕ್ಷೋಭೆ

ಯಾಕೀ ನನ್ನ ಜೀವನ ಅಲ್ಲೋಲ ಕಲ್ಲೋಲ
ಕಾರಣ ನನ್ನಲ್ಲಿರುವ ತನ್ನ ತನವೇ?
ಅಲ್ಪ ಜ್ಞಾನಿಯಾದ ನಾನು ವಿಶ್ಲೇಷಿಸಿದರೆ,
ತಿಳಿಯಿವುದು ನನಗಿಷ್ಟು. .
ಮೊದಲಿನ ಉಸಿರಿನ ಮೊದಲೇ,
ತುಂಬಿಕೊಂಡಿಹ ತನ್ನ ತನವನ್ನು,
ಗಾಢ ನಿದ್ರೆಯಲ್ಲಿದ್ದ ನನ್ನದೇ ಆಸ್ತಿಯನ್ನು,
ಬಡಿದೆಬ್ಬಿಸಿತು ಮೊದಲನೇ ಉಸಿರು.
ಕರೆಯಲಾರೆ ತುಂಬಿಕೊಂಡ ತನ್ನತನವನ್ನು,
ಪ್ರಾರಬ್ಧ ಕರ್ಮವೆಂದು.
ಆ ಪರಶಿವ ಕರುಣಿಸಿದ ವರವೇ ಸರಿ,
ಅನುಭವಿಸು ಕರಗಿಸು ಶಿವನ ಧ್ಯಾನದಿ.
ಅವನ ಕೈಯಲ್ಲಿರುವ ಡಮರು,
ಸಂಕೇತವಲ್ಲವೇ? ನನ್ನ ಜನ್ಮ ತಟಸ್ಥವಲ್ಲ,

ಸಾರಿ ಹೇಳಿದ ನಟರಾಜ ನಾಟ್ಯದಿಂದ,
ವ್ಯವಹರಿಸಲೇಬೇಕು ನೀನು ಜನುಮದ
ವಿವಿಧತೆಯನ್ನು,
ನನ್ನ ಸುಮಧುರ ನಾಟ್ಯದ ಹಾವ ಭಾವದಂತೆ.
ಯಾವತ್ತಿಗೂ ಎಂದಿಗೂ ಕರುಣಾಮಯಿ
ಪರಶಿವನ,
ರೌದ್ರ ನರ್ತನ ನನ್ನನ್ನು ಶಿಕ್ಷಿಸಲಲ್ಲ,
 ಪರಿವರ್ತಿಸುವುದು ನನ್ನನ್ನು ನಾನಿರುವ
ಕೂಪದಿಂದ,
ಪರಮ ಶಾಂತಿ ಸೌಹಾರ್ದದೆಡೆಗೆ.
ಭಾಗ್ಯಶಾಲಿಯೇ ಸರಿ ನಾನು,
ತಿಳಿದಿರುವೆ ಅಣುವಷ್ಟು ಅನಂತ ಸತ್ಯವನ್ನು,
ಸಮರ್ಥಗೊಳಿಸು ನನ್ನ ಸತ್ಯದ ಪಯಣದ
ಹಾದಿಯನ್ನು,
ಅನುಭವಿಸುವೆ ಪರಮಾನಂದ ಜೀವನದಲ್ಲಿ,
ತಲುಪಿದಾಗ ಒಮ್ಮೆ ನಿನ್ನ ಕರುಣೆಯ ದೃಷ್ಟಿ.

ತೂಗುಯ್ಯಾಲೆ

ಉಯ್ಯಾಲೆ ತೂಗುಯ್ಯಾಲೆ
ಇಲ್ಲಿಂದಲ್ಲಿಗೆ ಅಲ್ಲಿಂದಿಲ್ಲಿಗೆ
ಮತ್ತೊಮ್ಮೆ ಮಗದೊಮ್ಮೆ
ಆಡಿಸುತ್ತಾ ಅಲ್ಲಾಡಿಸುತ್ತ
ಕುಳಿತರೇನು ನಿಂತರೇನು
ಸಾಗುವುದು ಹೋಗಿ ಬರುವಾಟ
ಬದಲಿಸುವುದು ದೃಷ್ಟಿಕೋನ
ಇದ್ದರೆ ಆ ತುದಿ ಬಂದರೆ ಈ ತುದಿ
ಹೋದರೆ ಮೇಲೆ ನಗುವಿನ ಚೆಲ್ಲಾಟ

ತೂಗಿದರೆ ಕೆಳಗೆ ಭಯದ ನಡುಕ
ಮಕ್ಕಳಾಟವಲ್ಲ ಇದು ಜೀವನದಾಟ
ನಿಲ್ಲುವುದು ಪರಿಪೂರ್ಣಗೊಳ್ಳುವುದು
ಆದಾಗ ಜನುಮದಾಟದ ಬೃಹತ್ ಸುತ್ತು.
ಒಂದೇ ಒಂದು ಪ್ರಾರ್ಥನೆ ನನ್ನದು
ಇರಲಿ ಎಲ್ಲೇ ನಾನು
ಮೇಲೆ ಕೆಳಗೆ ಮಧ್ಯ
ತೂಗುವ ಕೈ ಆಗಿರಲಿ ನಿನ್ನದು
ಓ ನನ್ನ ಪೂಜ್ಯ ಗುರುವೇ

<u>ಬೆಳಕು ಮತ್ತು ವಿಶ್ವಾಮಿತ್ರ</u>

ಅನವರತ ಕೇಳುತ್ತಲಿರುವೆ ಸ್ವರ್ಗ
ತಿಳಿಯದೇನೆಂದು ಸ್ವತಃ
ತಲುಪಿದವರು ಅನುಭವಿಸುತ್ತಲಿರುವವರು
ಯಾಕೆ ಬರುವರು ನಾನಿರುವ ಕೂಪಕ್ಕೆ
ವರ್ಣಿಸಲು ಸ್ವರ್ಗ!
ಅರ್ಥ: ಬಣ್ಣಿಸಿದರೆ ನಾನಿರುವೆ ಸ್ವರ್ಗದಲ್ಲಿ
ತ್ರಿಶಂಕು ಸ್ವರ್ಗದಲ್ಲಿ

ತಲೆಯವರೆಗೂ ನನ್ನ ಕರ್ಮದ ವೃತ್ತದಲ್ಲಿ
ತುದಿಯಲ್ಲಿ ಗೋಚರಿಸುವುದು ದಿವ್ಯ ಬೆಳಕು
ಅದೆಷ್ಟು ಜನ್ಮವೋ ನನ್ನನ್ನು ನಾನೇ ಮೇಲೆತ್ತಲು
ಬ್ರಹ್ಮ ಜ್ಞಾನಿ ವಿಶ್ವಾಮಿತ್ರ ಮಹರ್ಷಿಯೇ
ನಾನೊಂದು ಗೋಲಿ ನಿನ್ನ ಬೆರಳಿನ ತುದಿಗೆ
ಚಿಮ್ಮಿಸು ನನ್ನನ್ನು ಬೆಳಕಿನೆಡೆಗೆ
ಅನುಭವಿಸುವೆ ಅನವರತ ನಿನ್ನ
ಜ್ಞಾನದ ಬೆಳಕಿನ ಪರಮಾನಂದವನು

ಅ ಕವನ

ಅವನು ಅವಳು ಅವರಿಬ್ಬರೂ

ಆದರು ಅವರಿಬ್ಬರು ಅನುಯಾಯಿಗಳು
ಆಯಿತು ಅವರಿಬ್ಬರಲ್ಲಿ ಆಕಸ್ಮಿಕ ಅನುರಾಗ
ಆರೋಹಣಕ್ಕೇರಿತು ಅವರಿಬ್ಬರ ಆಕರ್ಷಣೆ
ಅಂತಿಮವಾಗಿ ಅವರಾದರೂ ಅಜೀವಪರ್ಯಂತ
ಅನುಯಾಯಿಗಳು
ಅವರಿಗಿತ್ತು ಆರಂಭದಲ್ಲಿ ಅತಿಯಾದ ಅಂಟುತನ
ಅಪ್ಯಾಯಮಾನವಾಗಿತ್ತು ಅವರಿಬ್ಬರಿಗೆ ಆ
ಆಕರ್ಷಣೆ
ಆ ಅನುರಾಗ ಅಸಾಮಾನ್ಯವೆಂದು ಅನಿಸಲಿಲ್ಲ
ಅವರಿಗೆ
ಅಷ್ಟೊಂದು ಅವಧಿಗಳಾದರು ಅದಾಯಿತು
ಅವರಿಗೆ ಅರೆಕ್ಷಣ
ಅನುಭವಿಸಿದರು ಅವರಿಬ್ಬರು ಅತ್ಯುತ್ತಮ ಆನಂದ

ಅರ್ಥಪೂರ್ಣ

ಆಗುವುದೇನೆಂದು ಅರಿವಿಲ್ಲದಿದ್ದರೆ,
ಹೋಗುವುದೇನೆಂದು ಪ್ರಲಾಪವೇಕೆ,
ಅರಿತಿದ್ದರೆ ಆಗಮನ ನಿರ್ಗಮನದ ಪಥ,

ತಿಳಿದಂತಲ್ಲವೇ ಈ ಜೀವನದ ಪರಿ?
ಅನುಮೋದಿಸು ಅನುಭವಿಸು ಅರ್ಥೈಸು,
ಎಳೆಯಾಗಿ ಆಗು ಹೋಗುಗಳ ಕಂತೆ,
ತಿಳಿದರೆ ಒಂದು ಕರ್ಮದೆಳೆಯ ವೃತ್ತಾಂತ,
ಅರಿತಂತೆ ಈ ಜೀವನದ ಪಾಠ.

ದೃಢಬಲ

ಇರಲಿ ಬಲ ನಮ್ಮ ದೇಹವೆಂಬ ಬಿಲದಲ್ಲಿ,
ಇರಲಿ ಬಲ ನಮ್ಮ ಮನಸ್ಸೆಂಬ ಸುರಂಗದಲ್ಲಿ,
ಹೆಚ್ಚಿಸುವುದು ಬಲ ಮನಸ್ಸಿನ ಆತ್ಮಸ್ಥೈರ್ಯ,
ಬಲವೊಂದೆ ಸಾಕು ಧೃಡಪಡಿಸಲೆಮ್ಮ ನಂಬಿಕೆ,
ಬಲವಾದ ನಂಬಿಕೆ ಹೆಚ್ಚಿಸುವುದು ಏಕಾಗ್ರತೆ,
ಏಕದೃಷ್ಟಿ ತರುವುದು ಸಮೀಪ ಬಯಸುವ ಫಲ,
ಫಲಿಸುವಾಗ ಫಲ ಪಕ್ವವಾಗುವುದು ಮನಸ್ಸು,
ಉದ್ಬವಿಸುವುದು ಅಂತರಾಳದಲ್ಲಿ ನೂತನ
ಚಿಲುಮೆ,
ಚಿಮ್ಮುವುದು ಚಿಲುಮೆ ಆಕಾಶದೆತ್ತರಕೆ,
ಸೋಂಕಲು ಆ ಪರಮಾತ್ಮನ ಪಾದ,
ಕರುಣಿಸೆಮಗೆ ಒಂದು ಅಣುವಿನಷ್ಟು,
ಆ ನಿನ್ನ ಮೋಹಕನಗೆ, ಎದುರಿಸಲು
ದಿವ್ಯ ಮಾರ್ಗದ ಅಡಚಣೆಗಳನ್ನು,.
ಕೃಷ್ಣಮ್ ಒಂದೇ ಜಗದ್ಗುರುಮ್

<u>ಪ್ರತಿಧ್ವನಿ</u>

ಒಮ್ಮೆ ಯೋಚಿಸಿ
ಸುಪ್ರಭಾತ, ಮಂತ್ರ ಘೋಷಣೆ,
ನಾವೆಣಿಸಿದಂತೆ ಮೂರ್ತಿ ರೂಪದಲ್ಲಿರುವ
ಆರಾಧ್ಯ ದೇವರಿಗಲ್ಲ

ಆಗಿಹುದು ಅದು ನಮ್ಮಲ್ಲಿ ನೆಲೆಸಿರುವ
ನಮ್ಮ ಭಾಗ್ಯದಾತೆಗೆ.
ಕೂಗಿದರೆ ನಾವು ನಿಂತು ಬೆಟ್ಟದ ಮುಂದೆ
ನಮ್ಮ ಶಬ್ದ ನಮಗೆ ಪ್ರತಿದ್ವನಿಸುವಹಾಗೆ
ಕಟ್ಟೋಣ ನಮ್ಮ ಭಕ್ತಿಯ ಬೆಟ್ಟವನ್ನು,
ಶಕ್ತಿಗೊಳಿಸುವುದು ನಮ್ಮಸತತ
 ಆರಾಧನೆ ಭಕ್ತಿಯ ಪ್ರಯತ್ನ

<u>ಮನದೆನ್ನೆ</u>

ಕಾಂತೆಯಿಂದಲ್ಲವೇ ಕಾಂತನ ಮಹಿಮೆ
ಶಕ್ತಿಯಿಂದಲ್ಲವೇ ಶಿವನ ಶಕ್ತಿ
ಶ್ವೇತಧಾರಿಣಿಯಿಂದಲ್ಲವೇ ಚತುರ್ಮುಖನ ಜ್ಞಾನ
ಧರಿಣಿಯಲ್ಲವೇ ನಮ್ಮೆಲ್ಲರ ಆಸರೆ
ಇದೋ ನಿನಗೆ ನಮಸ್ಕಾರ
ನಮ್ಮೆಲ್ಲರ ಜೀವನದ ಆಸರೆಯಾದ

ಅಮ್ಮ, ಅಕ್ಕ, ತಂಗಿ, ಪತ್ನಿ ಮತ್ತು
ಜನುಮದ ಪ್ರೀತಿಯ ಚಿಲುಮೆ ಮಗಳು

<u>ಜೀವನ ಜೋಕಾಲಿ</u>

ಜೀವನ ಆಗಿಹುದು ಜೋಕಾಲಿ
ಜೀವನದಲ್ಲಿಹುದು ಸತತ ಜಾರುವಿಕೆ
ಹುಡುಕುತ್ತಿರುವೆ ಎಲ್ಲಿಹುದು ಏರುವಿಕೆ
ಅರಿತಿರುವೆ ನನ್ನ ಅನುಭವದ ಮೂಲ
ನನ್ನಮೇಲಿರುವ ಇತರರ ಪ್ರತಿಕ್ರಿಯೆ
ಕೊಡವಿಕೊಳ್ಳಬೇಕು ನನ್ನ ಮೇಲೆ ನಾನೇ
ಹೇರಿಕೊಂಡ ಅನ್ಯರ ಭಾವನೆಗಳನ್ನು

ಪ್ರಕಾಶಿತಗೊಳಿಸಬೇಕು ನನ್ನಲ್ಲಿರುವ
ನನ್ನತನವನ್ನು
ಕರಗಿಸಬೇಕು ಅಸಂಖ್ಯಾತ ಪದರಗನ್ನು
ಅನುಭವಿಸಲು ನನ್ನಲ್ಲಿರುವ ಕೃಷ್ಣಾನಂದವನ್ನು

<u>ತಿಳಿ</u>

ತಿಳಿ, ತಿಳಿಯಾಗಿಸು ಸಕಲವನೂ,
ಬೇಕಲ್ಲವೇ ತಿಳಿ ಸಾರು,
ಇದ್ದರೂ ಎಲೆಯ ಮೇಲೆ ಮೃಷ್ಟಾನ್ನ ಭೋಜನ!
ಬೇಕೇ ಬೇಕು ತಿಳಿ ಸಾರು,
ತಿಳಿಯಾಗಿಸಲು ಕುಡಿದ ಮತ್ತನ್ನು.
ನೀ ತಿಳಿದಂತೆ ತಿಳಿಯಾಗುವುದು ನಿನ್ನ ಜೀವನ,
ಗಮನಿಸು ಸೂಕ್ಷ್ಮವಾಗಿ ನಿನ್ನ ಜೀವನದ ಬಟ್ಟಲು,
ಪಡುವೆ ಆಶ್ಚರ್ಯ ನೋಡುತ್ತಾ ಅಧಿಕ ಬಗ್ಗಡ,
ಬಗ್ಗಡ ತಿಳಿಯಾಗಿಸುವ ಕ್ರಿಯೆ,
ಸುಲಭವೂ ಅಲ್ಲ, ಕಷ್ಟಕರವೂ ಅಲ್ಲ,
ಗುರುವಿನ ಪಾದಾಶ್ರಯ ಸರಳ,
ಗುರುವಿನ ಮೌನ ಅಸಹನೀಯ.
ತಿಳಿಯಾದ ಭಾಗ ದಯಪಾಲಿಸುವುದು,

ಜೀವನದ ಪ್ರತಿ ಘಟ್ಟದಲ್ಲೂ,
ಬಗ್ಗಡವನ್ನು ತಿಳಿಯಾಗಿಸುವ ಅವಕಾಶ.
ಅಪ್ಪಿಕೋ ಅವಕಾಶವನ್ನು ಮನಃಪೂರ್ತಿ,
ನಂಬು ಧೃತಿಗೆಡದಿರು ಪಯಣಿಸುವ ಹಾದಿಯಲ್ಲಿ,
ಗುರಿಯನ್ನು ತಲುಪುವುದು ನೀನು,
ತಲುಪಿಸುವವನು ಅವನು.
(ಗುರುಭ್ಯೋ ನಮಃ)

<u>ಶುಭಹಾರ್ಯೆಕೆ</u>

ನಮ್ಮಿಂದ ನಮಗೆ ಹಿತವಚನಗಳು
ನಿಮ್ಮ ಅನುಮೋದನೆಗಾಗಿ
ಪ್ರತಿ ವರ್ಷ ಅದೇ ಹಬ್ಬ, ಅದೇ ಆಚರಣೆ
ಪುನಃ ಪುನಃ ಅದೇ ಶುಭ ಹಾರೈಕೆಗಳು
ಎನಿಸಿತು ಆಗಿದೆ ಇದು ವ್ಯಾವಹಾರಿಕ
ನುಸುಳಿತು ನನ್ನಲ್ಲಿ ಒಂದು ಸಿಹಿ ಉಪದೇಶ
ಯುಗಾದಿಯ ಶುಭ ದಿನದಂದು ದೊರಕುವುದು
ಮನುಜಕೋಟಿಗೆ ಭೂಮಿಯಲ್ಲಿ ಪರಬ್ರಹ್ಮನ
ಆಶ್ವಾಸನೆ
ನಿರ್ಧರಿಸು ದೃಢೀಕರಿಸು ನಿನ್ನ ಆತ್ಮಬಲವ
ಸಿಹಿ ಕಹಿ ಶುಭ ಹಾರೈಕೆ ಸರಿಯಷ್ಟೆ
ಸಿಹಿ ಫಲ ದೊರಕುವುದು ನಿನಗೆ ಅನ್ಯರಿಂದ
ಅನ್ಯರ ಕಹಿಗೆ ನೀ ಆಗದಿರು ಕಾರಣ
ಈ ಶುಭ ದಿನ ಪುನರಾವರ್ತಿಸುವುದು ಪ್ರತಿ ದಿನ
ಪ್ರತಿ ಕ್ಷಣ
ಮರೆಯದೆ ಅರ್ಪಿಸು ನನಗೆ ನಿನ್ನ ಸಿಹಿಫಲವನ್ನ
ಮುಂದಿನ ಯುಗಾದಿಯ ಪರ್ವದಂದು

ಜೊತೆಯಾಟ

ನಾನಿರುವೆ ನಿನಗಾಗಿ
ನೀನಿರುವೆ ನನಗಾಗಿ
ವ್ಯತ್ಯಾಸವೊಂದೇ ಕೃಷ್ಣ
ನಾನಿರುವೆ ನನ್ನಲ್ಲಿ
ನೀನಿರುವೆ ಎಲ್ಲರಲ್ಲಿ

ನಾನೆಲ್ಲಿಹೋದರು
ನನ್ನೆಲ್ಲ ಕರ್ತವ್ಯಗಳಲ್ಲೂ
ಕಾಣುವೆ ನಿನ್ನನ್ನು
ತಿಳಿದೋ ತಿಳಿಯದೆಯೋ
ಪ್ರತಿ ಬಡಿತದಲ್ಲೂ
ಹೃದಯವು ತೊಡಗಿಹುದು
ಜಪಿಸಲು ನಿನ್ನ ನಾಮ
ಯುಗ ಯುಗಗಳೇ ಕಳೆದವು

ನನ್ನ ಈ ಭಲದಲ್ಲಿ
ಕಾಯುವೆ ಏಕೆ ಮಾಗಲು
ನನ್ನ ಸತತ ಅನ್ವೇಷಣೆ
ಒಮ್ಮೆ ಒಮ್ಮೆ ಮಾತ್ರ
ನೋಡು ನನ್ನೆಡೆಗೆ
ಮರುಕ್ಷಣ ತಲುಪುವೆ
ನಿನ್ನ ಪಾದದಡಿಗೆ.

ನಿಧಾನ ಅವಸರವಿಲ್ಲ

ನಿಧಾನ ಅವಸರವಿಲ್ಲ
ಎಷ್ಟೇ ತೇಲಾಡಿದರು ಮುಳುಗಾಡಿದರು
ಆಗುವುದು ಜನುಮ ಸಮಯದಲ್ಲಿ
ನಿಧಾನ ಅವಸರವಿಲ್ಲ !
ಜಗತ್ತನ್ನೇ ನುಂಗುವಷ್ಟು ಹಸಿವಾದರು
ತಿನ್ನಲಿಕ್ಕಾವುದು ಅಷ್ಟೇ,
ಗೇಣುದ್ದ ಹೊಟ್ಟೆಯಷ್ಟೇ
ನಿಧಾನ ಅವಸರವಿಲ್ಲ !
ಪಯಣ ಒಂದಾದರು
ತಿರುವುಗಳು ನೂರಾರು
ಶ್ರಮಿಸಬೇಕು ಕಾಯಬೇಕು
ನಮ್ಮದೇ ಆದ ತಿರುವಿಗೆ
ನಿಧಾನ ಅವಸರವಿಲ್ಲ!
ಇರುವಂತಾಗಬೇಕು ದೋಣಿಯ ತರಹ
ಸ್ವಂತ ಸಮತೋಲನದಲ್ಲಿದ್ದು
ನೆರವಾಗುವುದು ಆಶ್ರಯಿಸಿದವರಿಗೆ
ಅರೆ ಕ್ಷಣ ಧೃತಿಗೆಟ್ಟರೆ ಸೇರುವುದು ತಳ
ಅವಲಂಬಿಸಿದ ಜೀವಿಗಳೊಡನೆ
ಇಡುವ ಈ ದೇಹ ದೋಣಿಯನ್ನು ಸುಸ್ಥಿತಿಯಲ್ಲಿ
ನಿಧಾನ ಅವಸರವಿಲ್ಲ!
ದೊರಕದ ಫಲ ದಣಿದ ದೇಹ
ಬೇಸತ್ತ ಜೀವನ ಕೂನೆಗಾಣಿಸುವಾಸೆ
ಕಾಯಬೇಕು ಗುರು ಕರೆಯುವವವರೆಗೂ
ನಿಧಾನ ಅವಸರವಿಲ್ಲ !

ಚಿತ್ರಪಟ

ನಿಬ್ಬೆರಗಾಗಿ ನೋಡುತ್ತಿದೆ ಯಾವಾಗಲೂ ಆ
ಚಿತ್ರಪಟವನ್ನು
ಯಾಕೆ ಮೊದಲು ರಾಧೇ ಆಮೇಲೆ ಕೃಷ್ಣ,
ಮೊದಲು ಪಾರ್ವತಿ ಆಮೇಲೆ ಪರಶಿವ, ಮೊದಲು
ಸರಸ್ವತಿ ಆಮೇಲೆ ಬ್ರಹ್ಮ
ಗೊಣಗಿದೆ ನನ್ನಲ್ಲೇ ಮಾಡಿದ್ದೆಲ್ಲವೂ ಪುರುಷ
ಪ್ರಧಾನ ಶಕ್ತಿ
ಮತ್ತೇಕೆ ನೆರಳಾಗಿ ಸಹವರ್ತಿಯಾಗಿ ಆ ಸ್ತ್ರೀ ಶಕ್ತಿ

ನುಡಿಯಿತು ನನ್ನಲ್ಲಿದ್ದ ಒಂದು ಅಶರೀರವಾಣಿ
ಹೇಳಿತು ನನಗೆ ಸಮಾಲೋಚಿಸು ಒಂದು ಬಾರಿ
ಚಿತ್ರಪಟದ ಒಳಗಿರುವ ಆ ರಹಸ್ಯ
ಅಡಗಿದೆ ನಿನ್ನಲ್ಲೇ ಅದರ ಪರಿಹಾರ

ಭಾಸವಾಯಿತು ನನಗೆ ಒಂದು ಮೋಹಕರೂಪ
ಅನಿಸುತು ನನಗೆ ಕೃಷ್ಣ, ರಾಮ, ಪರಶಿವ
ಮತ್ತೆಲ್ಲದರ ಶಕ್ತಿಯ ಮಿಶ್ರಣವೆಂದು
ಪುಳಕಿತಗೊಂಡ ಆ ಮೋಹಕ ರೂಪಕ್ಕೆ
ಸರಿದೂಗುವ ಮೋಹಕ ಧ್ವನಿಯಿಂದ
ಕರೆದೊಯ್ಯಿತು ನನ್ನನ್ನ ಹಿಂದೆಂದೂ
ಅನುಭವಿಸದ ಅನುಭವದೆಡೆಗೆ

ನುಡಿಯಿತು ಆ ಧ್ವನಿ ತತ್ತ್ವಮಸಿ, ಅಹಂ ಬ್ರಹ್ಮಾಸ್ಮಿ
ಎಲ್ಲದರಲ್ಲಿ ನಾನು ಎಲ್ಲವೂ ನನ್ನಲ್ಲಿ
ರಹಸ್ಯವೆಂದರೆ ನಾನು ಭಾಗೀದಾರನಲ್ಲ ನಿನ್ನ
ಕರ್ಮಕ್ಕೆ
ಆಯ್ದುಕೊ ನನ್ನ ಭಂಡಾರದಲ್ಲಿರುವ ನಿನ್ನ
ಪರಿಹಾರವನ್ನು

ನನ್ನಲ್ಲಿಂದಲೇ ಅವತರಿಸಿದ್ದಾಳೆ ಆ ಸೌಮ್ಯ
ಶಕ್ತಿಶಾಲಿ ಯೋಗಮಾಯೆ
ನನ್ನಲ್ಲಿಂದಲೇ ಅವತರಿಸಿದ್ದಾಳೆ ಈ ಪ್ರಪಂಚದಲ್ಲಿ
ಸಂಚಲನ ಉಂಟು ಮಾಡುವ ಆ ಶಕ್ತಿ ಸ್ವರೂಪಿಣಿ
ನಾನೇ ಕರ್ತೃವಾದರೂ ಬೇಕು ನನಗೆ
ಯೋಗಮಾಯೆ ಮತ್ತು ಆ ಶಕ್ತಿ ಸ್ವರೂಪಿಣಿಯ
ಅನುಮತಿ

ತಿಳಿಯಿತೇ ನಿನಗೆ ಈಗ ಆ ಚಿತ್ರಪಟದ ರಹಸ್ಯ
ಜಗನ್ಮಾತೆಯರ ಕರುಣೆಯೇ ನಿನ್ನ ಈ ಪ್ರಪಚನದ
ಬುನಾದಿ
ತಿಳಿದುಕೊ,ಸೇವಿಸು,ಗೌರವಿಸು ಆ ಸ್ತ್ರೀ ಸ್ವರೂಪದ
ಶಕ್ತಿಯನ್ನು

ಪಡೆಯುವೆ ಈ ಜೀವನದ ರಹಸ್ಯವನ್ನು ಭೇದಿಸುವ ಶಕ್ತಿಯನ್ನು

ಆಟ

ಪರದಾಟ ಗರ್ಭದಾಟ
ಚೆಲ್ಲಾಟ ಯೌವನದಾಟ
ಸಂಸಾರದಾಟ ಜೀವನದಾಟ
ಉಸಿರಾಟ ಮೃತ್ಯುವಿನಾಟ
ಎಲ್ಲವೂ ಆ ಕೃಷ್ಣನಾಟ

<u>ನನ್ನ ಹೃದಯ</u>

ಬರಿದಾದರೂ ಫಲವತ್ತಾಗಿತ್ತು ನನ್ನ ಹೃದಯ
ಬಿಡಲಿಲ್ಲ ಭಾವನೆಗಳನ್ನು ನೆಲೆಯೂರಲು ಅಲ್ಲಿ
ನನ್ನ ಮನಸ್ಸು
ತಿಳಿಯಲಿಲ್ಲ ನನಗೆ ಪುಳಕಿತಗೊಂಡಾಗ ನಾನು
ಅನುಭವಿಸುವಾಗ ನಿನ್ನ ಮೋಹಕ ಮುಗುಳುನಗೆ
ಆಗುವುದು ಅದು ಆಳವಾದ ಬೇರಿನ ಬೀಜವೆಂದು
ನಿನ್ನ ಕರ್ತವ್ಯವಲ್ಲವೇ ಅದರ ಪೋಷಣೆ
ಒಟ್ಟುಗೂಡಿಸು ನನ್ನಲ್ಲಾಗುತ್ತಿರುವ
ಮಾರ್ಪಾಡುಗಳನ್ನು
ಸಾಗಲಿ ನಿನ್ನೆಡೆಗೆ ನಿರಂತರ
ನದಿಯ ನೀರಿನ ತರಹ

ಮೌನದಾಟ

ಮೌನಿಯಾದರೆ ನಾ
ಮಾತನಾಡುವೆ ನೀ
ತೊಡಗಿದರೆ ಸಂವಾದದಲ್ಲಿ ನಾ
ತಟಸ್ಥಳಾಗುವೆ ನೀ
ಅರ್ಥವಾಗುತ್ತಿಲ್ಲ ನನಗೆ
ನಮ್ಮಿಬ್ಬರ ಈ ಮೌನದಾಟ
ಇದು ನೀ ತೋರುವ
ಸಮ್ಮತಿಯೂ ಇಲ್ಲ
ಅಸಮ್ಮತಿಯೊ?

ಹುಡುಗಾಟ

ಯಾಕೆ ಹುಡುಗಿ ನನ್ನ ಕೈಬಿಡುವ ಯೋಚನೆ
ಇರುವಾಗ ನಾನು ನಡುನೀರಿನಲ್ಲಿ
ಇದ್ದೆ ನಾನು ಕರಿದು ಒಣಗಿದ ಜಾಮೂನಿನಂತೆ
ಪರಿವರ್ತನಗೊಂಡೆ ತುಪ್ಪದಲ್ಲಿ ಮೈತುಂಬಿ
ಹೊಳಪಿನ ಜಾಮೂನಿನಂತೆ
ಯಾಕೆ ಹುಡುಗಿ ನನ್ನ ಕೈಬಿಡುವ ಯೋಚನೆ
ಇರುವಾಗ ನಾನು ನಡುನೀರಿನಲ್ಲಿ
ಪರಿಪಾರವಾಗಿತ್ತು ನನಗೆ ಜೀವನವೆಂದರೆ
ಅನಂತ ಸುರುಳಿ ಇರುವ ಗಟ್ಟಿ ಶಾವಿಗೆಯಂತೆ
ಪರಿವರ್ತನೆಗೊಂಡಿತು ನೀ ಬಂದಮೇಲೆ
ಆ ಒಣ ಸುರುಳಿ ರಸತುಂಬಿದ ಜಿಲೇಬಿಯಂತೆ
ಆಡುತ್ತಿದ್ದೆ ನಾನೊಬ್ಬನೇ ನನ್ನ ಮನಸ್ಸೆಂಬ
ಚೆಂಡಿನ ಜೊತೆಗೆ
ಎಸೆಯುವವ ನಾನೇ ಮುಗ್ಗರಿಸಿ ಬಿದ್ದು
ಹಿಡಿಯುವವ ನಾನೇ

ಕಲಿಸಿದೆ ನೀನು ಕಾಯಲು ತಾಳ್ಮೆಯಿಂದ ನಾ ಎಸೆದ ಚೆಂಡು
ತಿರುಗಿ ಬರುವವರೆಗೂ ಬೇರೆಯವರಿಂದ

<u>ಯಕ್ಷಪ್ರಶ್ನೆ</u>

ಸಹಾಯಿಸಿ ದಯವಿಟ್ಟು
ಮರುಕಳಿಸುತ್ತಲಿದೆ ಪದೇ ಪದೇ
ಒಂದು ಚಿಕ್ಕದಾದ ಚೊಕ್ಕದಾದ ಪ್ರಶ್ನೆ
ಜೀವ ಚಿಕ್ಕದು ಜೀವನ ದೊಡ್ಡದು
ಅಥವಾ
ಜೀವನ ಚಿಕ್ಕದು ಜೀವ ದೊಡ್ಡದು
ಉತ್ತರ ಯಾವುದೇ ಇರಲಿ
ಜೀವಿಸೋಣ ಪೂರ್ತಿಯಾಗಿ

ಕ್ಷಣಿಕ

ಬೀಗಬೇಡವೋ ಬಡ್ಡಿಮಗನೇ

ನಿನ್ನ ಪುಣ್ಯ ಸಿಕ್ಕಿದಲು
ನಾಜೂಕಾದ ಅತಿ ಸುಂದರಿ ಹುಡುಗಿ
ನಿನಗೆ ಹೆಂಡತಿಯಾಗಿ
ತಿಳಿದಿಕೋ ಒಂದು ಕಹಿ ಸತ್ಯ
ಮದುವೆಯಾಗುವುದು ಒಂದೇ ಬಾರಿ ಹಾಗು
ಪುಣ್ಯದ ಕಾಲ ಮುಗಿವುದು ಅತಿ ವೇಗವಾಗಿ

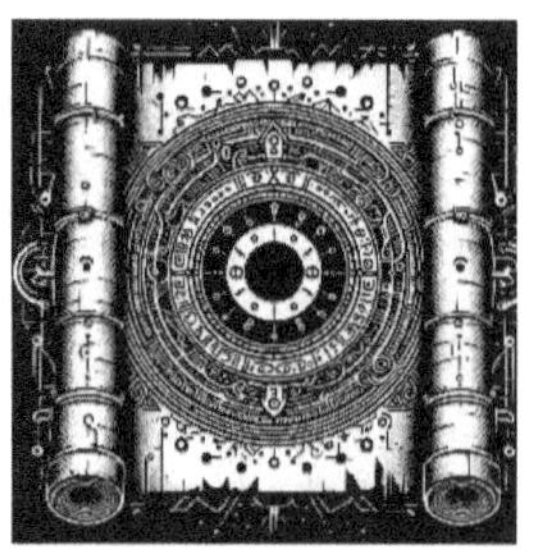

<u>ಶೂನ್ಯ ರಹಸ್ಯ</u>

ಶೂನ್ಯವೆಂದರೆ ಬರಿದಾದ ಬರಡಾದ
ಒಂದು ಸ್ಥಿತಿ ಪರಿಸ್ಥಿತಿಯಲ್ಲ

ಶೂನ್ಯದಲ್ಲಡಗಿಹುದು ಅಧ್ಯತಭೂತ ಜೀವನದ
ಸಾರ
ಭಾಗ್ಯಶಾಲಿಗಳು ನಾವೆಲ್ಲರೂ ಸರಿಯೇ
ಜನುಮವೆತ್ತಿಹೆವು ಕೃಷ್ಣನ ಪಾದ
ಸ್ಪರ್ಶವಾದ ಈ ಭೂಮಿಯಲ್ಲಿ
ಹುಟ್ಟಿವೆವು ಶೂನ್ಯದ ಸಾರವನ್ನು
ಮೈಗೂಡಿಸಿಕೊಂಡು
ಸಾಗುವೆವು ಅದೇ ಶೂನ್ಯದೆಡೆಗೆ
ತೊರೆಯುತ್ತ ಕಳಚುತ್ತ ಅನಾಸಾಯ ಲಭ್ಯವಾದ
ಕೃಷ್ಣ ನುಡಿದ ಜೀವನದ ಪಾಠವನ್ನು
ಪರಿತಪಿಸುವೆವು ಕಳೆದುಕೊಂಡ ಕ್ಷಣಗಳನ್ನು
ಶೂನ್ಯದೊಂದಿಗೆ ಪುನರ್ ಮಿಲನದ ಹೊಸ್ತಿಲಲ್ಲಿ
ಇದೇ ಅಲ್ಲವೇ ಕೃಷ್ಣ ತೋರಿದ ಜೀವನದಾಟ
ಗೆಲುವುಗೊಳಿಸು ನಮ್ಮನ್ನು ಕೃಷ್ಣ
ಹುಟ್ಟಬೇಕು ನಿನ್ನೊಟ್ಟಿಗೆ
ಸಾಗಬೇಕು ನಿನ್ನ ಜೊತೆಗೆ
ಅಂತ್ಯವಾಗಲಿ ನಿನ್ನ ರಕ್ಷಣೆಯಲ್ಲಿ.
ಕೃಷ್ಣಮ್ ವಂದೇ ಜಗದ್ಗುರುಮ್

ಗಂಭೀರ ಮೌನ

ಸರಿಯಲ್ಲ ಈ ನಿನ್ನ ಮೌನ ಕೃಷ್ಣ,
ನಾ ಹುಟ್ಟಿ ಇಳಿಯಿವವರೆಗೆ ಅಮ್ಮನ ಮಡಿಲಿನಿಂದ
ಆಗಿತ್ತು ಮನಸ್ಸು ನಿರ್ಮಲಾಕಾಶದತರಃ!
ಮೂಡುತಿತ್ತು ಹೊಳಪಿನ ನಕ್ಷತ್ರಗಳು ವಜ್ರಗಳ
ತರಹ,
ತಿಳಿಯದು ಯಾರು, ಯಾವಾಗ, ಹೇಗೆ ಬಿಚ್ಚಿದರು,
ನನ್ನಲ್ಲಿ ಹುದುಗಿದ್ದ ಭಾವನೆಗಳ ಮೂಟೆಯ
ಗಂಟನ್ನು,
ಶುರುವಾಯಿತು ಏಳು ಬೇಳಿನ ಜೀವನ ನಡೆ!
ಅರಿವಾದರೂ ನಿನ್ನ ಆಶ್ವಾಸನೆಯ ಮೋಹಕ ನಗು,
ಆಗಿರುವೆ ನಾ ಏಕಾಂಗಿ ಕೃಷ್ಣ.

ಕರುಣಿಸು ಹೇಳಲೆಂದು ನಿರ್ಮಲಾಭಾವದಿಂದ ನಾನು,
'ಕೃಷ್ಣ' ಎಂದು, ಎಳೆದುಕೊಳ್ಳುವಾಗ ಕೊನೆಯ ಉಸಿರು.

ಅವಕಾಶ

ಪಾದರಕ್ಷೆಗಳಿಂದ ತುಳಿದು
ಎಲ್ಲರು ಓಡಾಡುವ ರಸ್ತೆ
ನಡೆದಾಡುವ ವಿನಃ ಬೇರಾದಕ್ಕೂ
ಉಪಯೋಗಿಸಲಾಗದ ರಸ್ತೆ
ನೋಡಿದೆ ಘಟನೆಯೊಂದರಲ್ಲಿ
ಅದೇ ರಸ್ತೆಯ ಮೇಲೆ
ನೀರು ಹಾಕಿ ಬಾಳೆ ಎಲೆಯನ್ನು ಹರಡಿ
ರುಚಿಸಿ ಊಟ ಮಾಡುವ ಜನರನ್ನು
ಜೀವನದ ಪಯಣ ಎಲ್ಲರಿಗು ಸಮಾನ
ರಸ್ತೆಯ ಹಾಗೆ
ನೀರು ಹಾಕಿ ಬಾಳೆ ಎಲೆಯನ್ನು ಹರಡಿ
ಹಸನಾಗಿಸುವುದು ಅವರವರ ಕರ್ತವ್ಯ

ಅಸಹನೆ

ಹಿಂಸಿಸುವೇಕೆ ನನ್ನ ಕೃಷ್ಣ,
ತೋರುತ್ತ ನಿನ್ನ ಮೋಹಕ ಮುಗುಳುನಗೆ,
ಚಿಮ್ಮುವೆ ನಾನು ಆಕಾಶದೆತ್ತರಕೆ,
ಮರುಕ್ಷಣ ಸೆಳೆವುದು ಭೂಮಿಗೆ,
ನನ್ನ ಕರ್ಮದಾಕರ್ಷಣೆ.
ಉಪಾಯವಿಹುದೊಂದು ತಪ್ಪಿಸಲು,
 ಪುನಃ ಪುನಃ, ಮೇಲೇರುವ ಕೆಳಗಪ್ಪಳಿಸುವ
ಪ್ರಕ್ರಿಯೆ,
ಇರಿಸೆನ್ನನು ಸದಾ, ಸೃಷ್ಟಿಯ ಸಾರವಾಗಿರುವ,
ಆ ನಿನ್ನ ಸುಂದರ ನಗೆಯ ವೃತ್ತದಲ್ಲಿ

<u>ಕಸ ರಸ</u>

ಕರೆಯುತ್ತೇವೆ ನಮ್ಮಿಂದ ಉತ್ಪತ್ತಿಯಾದುವುಗಳನು
ಕಸವೆಂದು,
ಕರೆಯಲ್ಪಡುತ್ತದೆ ಅದೇ ಕಸದಿಂದ
ಉತ್ಪತ್ತಿಯಾದುದು ರಸವೆಂದು.

ನಮ್ಮ ಜೀವನವು ರಸವಾದರೆ, ಮರಣವು
ಕಸವಾದರೆ,
ಪುನರ್ಜನ್ಮ ರಸ ಕಸದ ಮಿಶ್ರಣವಲ್ಲವೇ?
ಸತ್ಯವಾದುದೊಂದು ಇಹುದು ಈ ಆಟದಲ್ಲಿ,
ಸತತವಾಗಿ ತನ್ಮಯ ಸ್ಥಿತಿಯಲ್ಲಿದ್ದು,
ಎಲ್ಲೆಡೆ ವ್ಯಾಪಿಸಿ,ಬೇಡುವವರಿಗೆ ಲಭ್ಯವಾಗುವ,
ಆ ಗುರುವಿನ ಅಂಶ.
ಓ ಸಾಯಿನಾಥ ಇರಲಿ ನಿನ್ನ ಕರುಣೆ.

ಬಾ ಬೇಗ

ಸಾಯಿಬಾಬ ಬಾ ಬಾ
ಬಾ ಬಾ ನಿಲ್ಲು ಸ್ಥಿರವಾಗಿ ನನ್ನ ಮನಸ್ಸಿನಲ್ಲಿ
ಬಾ ಬಾ ತೋರು ನಿನ್ನ ಉಪಸ್ಥಿತಿ ನನ್ನ ಎಲ್ಲ
ಕರ್ಮಗಳಲ್ಲೂ
ಬಾ ಬಾ ನಾನಾಗುವೆ ನೀ ಕುಳಿತುಕೊಳ್ಳುವ ಪೀಠ
ಬಾ ಬಾ ಆಗುವೆ ನಾ ನಿನ್ನ ಪಾದರಕ್ಷ
ಬಾ ಬಾ ಬೇಸರಗೊಳ್ಳುವುದಿಲ್ಲ ನಾ ನಿನ್ನ ಕ್ರೋಧಕ್ಕೆ
ಬಾ ಬಾ ಪ್ರೇಮ ಪ್ರೀತಿ ಕರುಣೆಯ ಪ್ರತೀಕವಾಗಿರುವೆ
ಬಾ ಬಾ ನೀ ಎಲ್ಲ ದೈವಗಳ ಸಮೀಕ್ಷವಾಗಿರುವೆ

ಬಾ ಬಾ ಆಗಿಹುದು ಪ್ರಖರ ಬೆಳಕಿನ ಮೂಲ
ಶಿರಡಿಯ ನಿನ್ನ ವಾಸಸ್ಥಳ
ಬಾ ಬಾ ಇಹುದು ಹೇಳಲಪ್ಪು ಆಗದು ನನ್ನ
ಸಂಕುಚಿತ ಮನೋಭಾವವಕ್ಕೆ
ಬಾ ಬಾ ಅರ್ಪಣೆ ನಿನಗೆ ನೀನೆ ಕೊಟ್ಟ ಈ ನನ್ನ
ಜನುಮ

ಏರುಪೇರು

ಜೀವನ ಆಗಿಹುದು ಜೋಕಾಲಿ
ಜೀವನದಲ್ಲಿಹುದು ಸತತ ಜಾರುವಿಕೆ
ಹುಡುಕುತ್ತಿರುವೆ ಎಲ್ಲಿಹುದು ಏರುವಿಕೆ
ಅರಿತಿರುವೆ ನನ್ನ ಅನುಭವದ ಮೂಲ
ನನ್ನಮೇಲಿರುವ ಇತರರ ಪ್ರತಿಕ್ರಿಯೆ
ಕೊಡವಿಕೊಳ್ಳಬೇಕು ನನ್ನ ಮೇಲೆ ನಾನೇ
ಹೇರಿಕೊಂಡ ಅನ್ಯರ ಭಾವನೆಗಳನ್ನು
ಪ್ರಕಾಶಿತಗೊಳಿಸಬೇಕು ನನ್ನಲ್ಲಿರುವ
ನನ್ನತನವನ್ನು
ಕರಗಿಸಬೇಕು ಅಸಂಖ್ಯಾತ ಪದರಗನ್ನು
ಅನುಭವಿಸಲು ನನ್ನಲ್ಲಿರುವ ಕೃಷ್ಣಾನಂದವನ್ನು .

ಅರ್ಘ್ಯಸಿ

ಒಮ್ಮೆ ಯೋಚಿಸಿ
ಸುಪ್ರಭಾತ, ಮಂತ್ರ ಘೋಷಣೆ,
ನಾವೆಣಿಸಿದಂತೆ ಮೂರ್ತಿ ರೂಪದಲ್ಲಿರುವ
ಆರಾಧ್ಯ ದೇವರಿಗಲ್ಲ
ಆಗಿಹುದು ಅದು ನಮ್ಮಲ್ಲಿ ನೆಲೆಸಿರುವ
ನಮ್ಮ ಭಾಗ್ಯದಾತೆಗೆ.
ಕೂಗಿದರೆ ನಾವು ನಿಂತು ಬೆಟ್ಟದ ಮುಂದೆ
ನಮ್ಮ ಶಬ್ದ ನಮಗೆ ಪ್ರತಿಧ್ವನಿಸುವಹಾಗೆ
ಕಟ್ಟೋಣ ನಮ್ಮ ಭಕ್ತಿಯ ಬೆಟ್ಟವನ್ನು,
ಶಕ್ತಿಗೊಳಿಸುವುದು ನಮ್ಮಸತತ
 ಆರಾಧನೆ ಭಕ್ತಿಯ ಪ್ರಯತ್ನ.

ನೀನೊಬ್ಬನೇ

ಒಮ್ಮೆ ಯೋಚಿಸು ಕೃಷ್ಣ
ಹೊರಬಂದು ನಿನ್ನ ದಿವ್ಯ ಸಮಾಧಿಯಿಂದ
ಪುನರಾವರ್ತನೆ ಅನಿಸುವುದಿಲ್ಲವೆ ನಿನಗೆ
ನಿನ್ನ ಉಪಸ್ಥಿತಿ ಸತತವಾಗಿ
ಸಂತರ ಭಕ್ತಿಯ ಪರಾಕಾಷ್ಠತೆಯಲ್ಲಿ ?
ಗಮನಿಸು ನನ್ನ ಅರ್ಧ ಬೆಂದ ಪ್ರಾರ್ಥನೆ
ಬೇಕಲ್ಲವೇ ನಿನಗೂ ಉಪ್ಪಿನಕಾಯಿ, ತಿನ್ನಲು
ನಿನಗಿಷ್ಟವಾದ ಅವಲಕ್ಕಿಯ ಜೊತೆಗೆ.
ಸಾಕೆನಗೆ ನನ್ನ ಜನ್ಮ ಸಾರ್ಥಕ
ಕಂಡರೆ ನಿನ್ನ ಕಿರುನಗೆ.

ಅತ್ತಲಿಂದಿತ್ತಲಿಗೆ ಮೇಲಿಂದ ಕೆಳಗೆ
ಒಳಗಿನಿಂದ ಹೊರಗೆ ಜನ್ಮಜನ್ಮಾಂತರದಿಂದ
ಹೊಯ್ದಾಡುವುದು ನನ್ನ ಮನಸ್ಸು.
ಸ್ವಲ್ಪ ಕಾರಣ ಬಹುತೇಕ ವಿನಾಕಾರಣ
ವಿರಮಿಸು ಸ್ವಲ್ಪ ಮನಸ್ಸೇ
ತರುವೆ ಏಕೆ ನನಗೆ ಇಷ್ಟೊಂದು ಚಡಪಡಿಕೆ
ಕೈಗೂಡಿಸು ನನ್ನ ಗುರು ದರ್ಶನ ಪ್ರಯತ್ನಕ್ಕೆ
ತಲುಪುವ ಅನಾಯಾಸ ಕೃಷ್ಣ ಚರಣ

ಅನಾಥ

ಪ್ರಲಾಪಿಸುತ್ತಿದ್ದೆ ಅನಾಥ ಅನಾಥ
ನಾ ಅನಾಥನೆಂದು
ನುಡಿದರು ನನ್ನ ಪೂಜ್ಯ ಗುರೂಜಿ
ಸಾವಧಾನ ನಿನ್ನಲ್ಲೇ ಇರುವುದು ಸಕಲವೂ
ತೊರೆದಾಗ ನೀ (ಅ) ಅಹಂಕಾರ, ಅಸೂಯೆ,
ಮರುಕ್ಷಣ ನಾನಾಗುವೆ ನಿನ್ನ ಜೀವನದ ನಾಥ.

ಸ್ವತೃಪ್ತಿ

ಬಿಟ್ಟಾಕು ನಿನ್ನ ವ್ಯರ್ಥ ಪ್ರಯತ್ನ
ಸಂತೃಪ್ತಿಗೊಳಿಸಲು ಎಲ್ಲರ..
ಮಾಡು ಪ್ರಯತ್ನ ಮಾದರಿಯಾಗಲು
ನಿನಗೆ ನೀನೆ.
ತುಂಬಿದಾಗ ನಿನ್ನಲ್ಲಿ ಸಂತೃಪ್ತಿ ಭಾವ
ಸುಲಭವಾಗುವುದು ನಿನ್ನ ಎಲ್ಲ ಪ್ರಯತ್ನ.

ಹೃದಯ ಪ್ರಶ್ನೆ

ಕಾಣೆ ನಾನು ಏನಾಗಿದೆಯೆಂದು ನನಗೆ ಕೃಷ್ಣ
ಕಳೆದರು ಅರವತ್ತು ಸಂವತ್ಸರಗಳು,
ಇನ್ನೂ,ನೇತಾಡುತ್ತಿರುವೆ ಜೀವನವೆಂಬ ಮರದಲ್ಲಿ
ಎಟಕುತ್ತಿಲ್ಲ ಕೈಗೆ ಮರದ ಫಲ
ಆಗುತ್ತಿಲ್ಲ ನೆಲೆಯೂರಲು ನನ್ನ ಪಾದ
ನಿನ್ನ ಈ ಪುಣ್ಯ ಭೂಮಿಯ ಮೇಲೆ.
ವಿಸ್ತರಿಸು ಸ್ಥಿರವಾಗಿಸು ನಿನ್ನ
ಮೋಹಕ ಮುಗುಳುನಗೆಯ ಆಶ್ವಾಸನೆ,

ಇಷ್ಟಾದರೂ ಕರುಣಿಸು ದೇವಾ,
ನುಡಿಯಲಿ ನಾನು ನಿನ್ನ ನಾಮ,
ತಿರುಗಿಸುವಾಗ ನೀನೆ ದಯಪಾಲಿಸಿದ ,
ನನ್ನ ಕೊನೆಯ ಉಸಿರು. ,

ನಾನು ನನ್ನದೆಂಬ ಭಾವನೆಯನ್ನು,
ಬಿತ್ತಿ ಪೋಷಿಸದಿದ್ದರೆ,
ನಿನ್ನದು ನನ್ನದೆಂಬ ಕಲ್ಪನೆಯು ಹುಟ್ಟುವುದೇ?
ತದನಂತರ, ಸ್ವತಃ ವಿಸ್ತಾರಗೊಳ್ಳುವ ಈ
ಆಲೋಚನೆ,
ಪರಿಕ್ರಮಿಸುವುದು ಸೃಷ್ಟಿಕರ್ತನ ಸೃಷ್ಟಿ,

ಸಾಕಾರಗೊಳಿಸುವುದು ನನ್ನಲ್ಲಿ ನೀನು ,
ಎಲ್ಲರಲ್ಲಿ ನಾನು ಎಂಬ ಪರಿಕಲ್ಪನೆ.

ಪರಿಹರಿಸಿ

ನನ್ನ ಒಂದು ಚಿಕ್ಕ ಅನುಮೋದನೆ
ಒದಿರಿ ಮುಕ್ತ ಮನಸ್ಸಿನಿಂದ
ವ್ಯಕ್ತಿಯು ಅನ್ಯರ ವಿಶ್ಲೇಷಿದರೆ
ಆ ವ್ಯಕ್ತಿ ಅನ್ಯರಿಗಿಂತ ಹೆಚ್ಚು ತಿಳಿದಂತಲ್ಲವೇ
ವಿಶ್ಲೇಷಿಸಿದ ನಂತರ ಅನ್ಯರ ಮೇಲಿನ
ಅಸಹನೆ,ತಿರಸ್ಕಾರಗಳನ್ನು ಮುಂದುವರೆಸಿದರೆ
ಸ್ವತಃ ತನ್ನನ್ನು ಕೆಳಗೆ ಎಳೆದಂತಲ್ಲವೇ
ಅರಿತಾದಮೇಲೆ ಭಾವನೆಗಳನ್ನು ತೊಡೆದು ಹಾಕಿ,
ಪ್ರೀತಿಯಿಂದ ವ್ಯವಹರಿಸಿದರೆ,
ಒಂದು ಮೆಟ್ಟಲು ಎತ್ತರಕ್ಕೇರಬಹುದಲ್ಲವೇ?
ಸರಿಯಾದುದದನ್ನು ನೀವೇ ಆಯ್ಕ ಮಾಡಿ.

ಸಾವು ಬದುಕು

ಸತ್ತು ಬದುಕುವುದಕ್ಕಿಂತ
ಬದುಕಿ ಸಾಯುವುದು ಮೇಲಲ್ಲವೇ/
ಯಾವ ಮರಣವೇ ಆಗಲಿ
ದೊರಕುವುದು ದೇವಿಯ ಪಾದ ನಿಶ್ಚಯ,
ಒಂದರಲ್ಲಿ ಕಾಯಬೇಕು ಚಡಪಡಿಸುತ್ತಾ,
ಗ್ರಹಿಸಲಾಗದ, ಅಲ್ಲೇ ಇರುವ ಆ ಪುಣ್ಯ ಪಾದ,
ಮತ್ತೊಂದರಲಿ ಮೀಯಬಹುದು ಅನುಭವಿಸುತ್ತ,
ವರ್ಣಿಸಲಾಗದ ದೇವಿಯ ಸುಮಧುರ ಸಾನಿಧ್ಯ,

ಆಯ್ದುಕೊ ನಿನಗಿಷ್ಟವಾದ ಮರಣ ಪ್ರಕ್ರಿಯೆ.

ಸರ್ವಾಂತರಯಾಮಿ

ನಂಬುವೆ ನೀ ಸರ್ವಾಂತರಯಾಮಿಯೆಂದು
ಸರ್ವಬಲ್ಲವನೆಂದು ಸರ್ವವ್ಯಾಪಿಯೆಂದು
ಕರುಣಿಸು ನೀ ನಮಗೆ
ನಂಬಿದವರ ನಂಬುವ ಶಕ್ತಿಯನ್ನು
ಎಲ್ಲ ಪರಿವರ್ತನೆಗಳಲ್ಲಿ ನಿನ್ನನ್ನು ಕಾಣುವ
ಜ್ಞಾನವವನ್ನು
ಸಾಗುತ್ತಿರುವೆ ನಿನ್ನೆಡೆಗೆ ಸತತ
ದಿವ್ಯ ಅನುಭವದ ಸಾನಿಧ್ಯಕ್ಕೆ
ಆಗಿರುವೆ ನೀ ಎಲ್ಲರ ಮಾತಾ ಪಿತಾ
ಕೊಡು ನೀನೆ, ನಿನ್ನನ್ನು ಬೇಡುವ ಶಕ್ತಿಯನ್ನು,
ಕೃಷ್ಣಾನಂದ ನಮೋ ನಮಃ

ಅನುಗ್ರಹಿಸು

ಅನುಭವ ಅದಿಯ ಅದ್ಯದ
ಪರಿವರ್ತನೆಯ ಬಿಂದು.
ಸ್ವೀಕರಿಸು ಜೊತೆಯಾಗಿ
ವ್ಯವಹರಿಸು ಎಳೆಯಾಗಿ.
ಜೀವನದ ಪ್ರತಿ ಅಂತೆ ಕಂತೆ
ಪ್ರಕೃತಿಯ ವರದಾನ.
ಪರಿಗಣಿಸು ಅದು,
ಸ್ವಂತ, ಪರ, ಜಗತ್ತಿನ,
ಉನ್ನತಿಯ ಮಾರ್ಗವೆಂದು.
ಎಲ್ಲಿಯೂ,ಎಲ್ಲೆಲ್ಲಿಯೂ,ಇರುವ,
ನಿನ್ನನ್ನು ಗ್ರಹಿಸಲು ಮನಸೊ‍್ಂದಿದ್ದರೆ ಸಾಕು.
ಕರುಣಿಸು ವರವೊಂದನು, ಅಚೊ‍್ತ್ತಲಿ
ನಿನ್ನ ಛಾಯೆ,ನನ್ನ ಪ್ರತಿಯೊಂದು,

ಕರ್ಮದಲ್ಲಿ.

<u>ನನ್ನ ಪ್ರಯತ್ನ</u>

ನನ್ನ ದುಗುಡ ದುಮ್ಮಾನಗಳನ್ನು,
ಹೊರಹಾಕಲು ಕುಳಿತಾಗ ವಿಗ್ರಹದ ಮುಂದೆ,

ಕಳೆಯಿತು ಕವಿದ ಮಂಜು ಅಲ್ಲಿ ಕುಳಿತ ಸಮಯ,
ಅನಿಸಿತೊಂದು ಭಾವ ಆ ಕ್ಷಣ,
ತಟಸ್ಥ ವಿಗ್ರಹ ಸೂಸಿದರೆ ಈ ಶಕ್ತಿ,
ಸಂಪೂರ್ಣ ಪರಿಹಾರ ಇರುವುದಲ್ಲವೇ,
ಅಲೆದಾಡುವ ಮೂರ್ತಿ, ಗುರುವಿನಲ್ಲಿ ?

<u>ಒಂದು ಕ್ಷಣ</u>

ಕೆಳಿರಿಲ್ಲಿ ಓದಿರಿಲ್ಲಿ
ಕ್ಷಣದ ಮಹಿಮೆ.
ಅಸಂಖ್ಯಾತ ಉದಾಹರಣೆಗಳು
ಕಳೆದುಕೊಳ್ಳುವೆವು ಸಕಲ
ಆ ಒಂದು ಕ್ಷಣದಲ್ಲಿ.
ನಾನೇ ನನ್ನಿಂದದಿಂದ
ನೀನೆ ನಿನ್ನಿಂದಲೆವರೆಗೆ.
ಅರಿಯಲು ಆ ಒಂದು ಕ್ಷಣ
ನಮಗಿಹುದು ಜೀವನಪರ್ಯಂತ
ಕ್ಷಣದ ಸಾಲುಗಳು.
ಕರುಣಿಸು ದೇವಾ ಅರಿಯಲು
ಪ್ರತಿ ಕ್ಷಣದ ಮಹಾತ್ಮೆ.

ಆಚರಣೆ

ಓದುತ್ತಿರುವೆ ಎಷ್ಟೊಂದು ಹಬ್ಬದ ಬಗ್ಗೆ,
ಆಚರಣೆಯು ಎಲ್ಲದರಲ್ಲೂ ಒಂದೇ
ತೊಡಗುವರು ಹೆಂಗಳೆಯರು ವ್ರತದಲ್ಲಿ
ತಮ್ಮ ಸಂಸಾರದ ಒಳಿತಿನ ವೃದ್ದಿಗಾಗಿ
ಅನಿಸಿತೆನೆಗೆ ಅರೆ ಕ್ಷಣ ನಾವೇನು ಕಮ್ಮಿ,
ಯಾಕೀ ಅಸಮತೋಲನ?
ತಟ್ಟಿತೊಂದು ಶಕ್ತಿ ನನ್ನ ತಲೆ,
'ಮೂರ್ಖ, ಪ್ರಕೃತಿಯ ನಿಯಮದಂತೆ
ಹರಿವುದು ನೀರು, ಎತ್ತರದಿಂದ ತಗ್ಗಿಗೆ,'
ತಗ್ಗಿಸು ನಿನ್ನ ತಲೆ, ಜೋಡಿಸು ನಿನ್ನ ಕೈ,
ನಿನ್ನ ಜಗತ್ತಿನ ಹೆಂಗಳೆಯರಿಗೆ,

ಹರಿಸುವರು ಸಹಕರಿಸುವರು ನಿನ್ನ ಅಭಿವೃದ್ದಿಗೆ.

<u>ಪ್ರೀತಿ</u>

<u>ಇರಿಸಿದ್ದೆ ಸಮುದ್ರದಾಳದ ಪ್ರೀತಿ ನಿನ್ನ ಮೇಲೆ
ಪ್ರೀತಿಸಿದಳೆನ್ನ ಮತ್ತೊಬ್ಬಳು.
ಮಿಡಿಯುತ್ತಿತ್ತು ಹೃದಯ ಮಧುರ ವೀಣೆಯ ತರಹ
ನೋಡಿದಾಗಲೆಲ್ಲ ನಿನ್ನ.
ನುಡಿಸುತ್ತಿದ್ದಳು ಶ್ರುತಿ ಬದ್ಧ ತಾಳ ಮತ್ತೊಬ್ಬಳು.
ನಿನ್ನಲ್ಲಿ ನಾ ತೋರುವ ಅನುರಾಗಕ್ಕೆ,
ಸ್ಪಂದಿಸುತ್ತಿರುವಳು ಮತ್ತೊಬ್ಬಳು.
ಪ್ರಯತ್ನಿಸಿದರೂ ಸಿಗದ ಸಮ್ಮತಿ ಇಲ್ಲಿ,
ದೊರಕುವುದು ಅನಾಯಾಸ ಮತ್ತೆಲ್ಲೋ.
ನಿನ್ನಲ್ಲಿ ತಿಳಿದ ಪ್ರೀತಿ,
ಮತ್ತಲ್ಲಿ ಅರಿಯದ ಪ್ರೀತಿ.</u>

ಮುನ್ನುಡಿ
ಬರೆಯುವುದು ಒಂದು ಕಲೆ. ಯಾಕೆಂದರೆ
ಇದರಲ್ಲಿ ಆಲೋಚನೆಯನ್ನು ಶಬ್ದದ ರೂಪದಲ್ಲಿ
ಊಹಿಸಿ, ಅಕ್ಷರದಲ್ಲಿ ಮೂಡಿಸಬೇಕು. ನನ್ನ
ಬಲವಾದ ನಂಬಿಕೆಯೆಂದರೆ, ಆಲೋಚನೆಯು
ಒಂದು ದೈವದತ್ತವಾದ ವರದ ಪ್ರತಿ. ಬಹುಷಃ ಇದೇ
ಕಾರಣಕ್ಕೆ ಅರ್ಥಪೂರ್ಣ ಕವಿತೆಗಳು ಬರಹಗಳು
ವಿರಳ. ಈ ಪುಸ್ತಕ ನನ್ನ ಕೃತಿಯಲ್ಲ. ನಾನು ಆ
ಸಾಲಿನಲ್ಲಿ ಕೊನೆಯವನು. ಇದು ನನ್ನ ಗುರು
ಕರುಣಿಸಿದ ಆಲೋಚನೆಗಳು. ನೀವು ಇಷ್ಟಪಡುವ
ಕವಿತೆ ನನ್ನ ಗುರುವಿನ ವರ.
ಬೇರೆಯದಲ್ಲ ನನ್ನ ಕೊರತೆಗಳು.

Back page.

ಈ ಕವನ ಸಂಗ್ರಹದಲ್ಲಿ ನನ್ನ ಶ್ರಮವೆಂದರೆ ಕನ್ನಡ ಲಿಪಿಯಲ್ಲಿ ಬರೆದು ಜೋಡಿಸಿರುವುದು. ಮಿಕ್ಕೆಲ್ಲ ನನ್ನ ಪೂಜ್ಯ ಗುರೂಜಿ 'ಕೃಷ್ಣಾನಂದ' ಅವರಿಗೆ ಸೇರುತ್ತದೆ. ಸ್ಫೂರ್ತಿ ಅವರದ್ದು, ಶಬ್ದಗಳು ಅವರ ಅನುಗ್ರಹ . ಇದರ ಶ್ರೇಯಸ್ಸು ನನ್ನ ಪೂಜ್ಯ ಗುರುಗಳ ಪಾದ